नोटबंदी

अर्थक्रांती की आर्थिक घोडचूक?

नोटबंदी

अर्थक्रांती की आर्थिक घोडचूक?

संपादन
राम जगताप

प्रस्तावना
अभय टिळक

अक्षरनामा

डायमंड पब्लिकेशन्स

नोटबंदी : अर्थक्रांती की आर्थिक घोडचूक?
संपादन : राम जगताप

Notebandi : Arthakranti ki Arthik Ghodchuk?
Sampadan : Ram Jagtap

प्रथम आवृत्ती : फेब्रुवारी, २०१७

ISBN : 978-93-86401-03-8

© डायमंड पब्लिकेशन्स

मुखपृष्ठ
शाम भालेकर

अक्षरजुळणी
डायमंड पब्लिकेशन्स, पुणे

प्रकाशक
डायमंड पब्लिकेशन्स
२६४/३ शनिवार पेठ, ३०२ अनुग्रह अपार्टमेंट
ओंकारेश्वर मंदिराजवळ, पुणे-४११ ०३०
☎ ०२०-२४४५२३८७, २४४६६६४२
info@diamondbookspune.com

ऑनलाईन पुस्तक खरेदीसाठी भेट द्या
www.diamondbookspune.com

www.aksharnama.com

प्रस्तावना

समाजाची 'सामूहिक स्मरणशक्ती' दुर्बल असते असे आपण म्हणतो; ते बऱ्याच अंशी खरेही आहे. परंतु, नियमाला अपवाद हे असतातच. ८ नोव्हेंबर २०१६च्या मध्यरात्रीपासून आपल्या देशात अमलात आणला गेलेला नोटाबंदीचा (खरे म्हणजे, नोटाबदलीचा) सरकारचा निर्णय अपवादांच्या त्याच गटातला. त्यानंतरचे किमान दोन ते सव्वादोन महिने आपल्या देशातील उभे चर्चाविश्व त्या एकाच निर्णयाने झाकोळलेले राहिले. प्रथम धक्का, मग विस्मय, त्यानंतर कुतूहल, पुढे कौतुक, कालांतराने चिडचिड, यथावकाश तगमग आणि मग एकदाचे नोटांच्या चणचणीचे अभ्र विरळ झाल्यानंतर पुन्हा सारे पूर्ववत.. अशा प्रकारे माननीय पंतप्रधान नरेंद्र मोदी यांनी संपूर्ण देशाला दिलेल्या धक्क्याला मिळालेला प्रतिसाद निरनिराळ्या टप्प्यांवर बदलत गेला. 'या नोटाबंदीने नेमके काय साधले?' या प्रश्नाच्या भोवतालचे चर्चेचे गुऱ्हाळ मात्र इतक्यातच शांत होणार नाही. कारण, इतक्या मोठ्या निर्णयाचे भारतासारख्या अत्यंत गुंतागुंतीच्या अर्थव्यवस्थेवरील बहुमिती परिणाम एक तर लवकर स्पष्ट होणार नाहीत, आणि दुसरे म्हणजे, त्या बदलांना जनमानसाकडून दिल्या जाणाऱ्या प्रतिसादाद्वारे प्रसूत होणारी बदलोपबदलांची मालिका येत्या काळात निरनिराळी रूपे धारण करण्याची शक्यता आपल्या सगळ्यांनीच गृहीत धरली पाहिजे. काही प्रश्नांची उत्तरे लगोलग मिळत नसतात आणि आर्थिक प्रश्नांची तर नाहीच नाही!

नोटाबदलीच्या या उपक्रमाला सर्वसामान्य भारतीय नागरिकाने दिलेला प्रतिसाद नोटाबदलीनंतरच्या पहिल्या दोन महिन्यांत बदलत गेला, एवढेच नाही तर नोटाबदलीच्या निर्णयामागील प्रेरणांबद्दलचे खुद्द सरकारचे कथनदेखील बदलत गेले, ही बाब आवर्जून अधोरेखित केली पाहिजे. किंबहुना, या निर्णयामागील कारणमीमांसा सरकार जसजसे बदलत राहिले त्यानुसार समाजमनाकडून नोटाबदलीला दिला गेलेला प्रतिसादही

बदलत राहिला, असे म्हणणे अधिक सयुक्तिक ठरेल. एकाच वेळी जवळपास समांतर साकारत गेलेली ही जोडप्रक्रिया तिच्या तपशीलासह शब्दबद्ध करणे, हे या छोटेखानी पुस्तकाचे प्रधान वैशिष्ट्य. त्यामुळे, आकाराने लहानशा असणाऱ्या या दस्तऐवजाचे समकालीन आणि उत्तरकालीन अथवा भविष्यकालीन महत्त्व अधिकच उजळून निघते. नोटाबदलीसारख्या, आपल्या देशाच्या आर्थिक आणि वित्तीय व्यवस्थेमध्ये उत्पादक स्थित्यंतर घडवून आणणाऱ्या घटनेला लगोलग मिळालेला प्रतिसाद होता तरी कसा, अशी उत्सुकता ज्या भविष्यकालीन पिढ्यांना वाटेल, तिचे शमन या दस्तऐवजाद्वारे निश्चितच घडेल. हे झाले या छोटेखानी पुस्तकाचे दीर्घकालीन महत्त्व. परंतु, त्याच्याच जोडीने नोटाबदलीसारख्या एखाद्या ऐतिहासिक घटिताचे निखळ बातम्यांच्या पलीकडे जाऊन विश्लेषण-परीक्षण करत, सर्वसामान्य मराठी वाचकांच्या आर्थिक साक्षरतेची सर्वसाधारण पातळी उंचावण्याच्याबाबतीत ई-पत्रकारिता आपल्या समाजात कशाप्रकारे कार्यरत बनत होती, याचाही नेमका अंदाज या दस्तऐवजावरून येतो. ई-पत्रकारितेच्या माध्यमातून नोटाबदलीसारख्या एका ऐतिहासिक आर्थिक घटिताबाबत घडवल्या गेलेल्या विचारविमर्शाचे संकलन पुस्तकरूपाने होण्यातून, आर्थिक तसेच वित्तीय घटना घडामोडींसंदर्भात सर्वसामान्यांचे प्रबोधन घडवले जाण्याच्या आजवरील प्रचलित माध्यमांत एक नवीन प्रवाह आता गतिमान व दृश्यमान बनतो आहे, ही खचितच अतिशय स्वागतार्ह बाब ठरते. या पुस्तकाच्या जडणघडणीशी प्रत्यक्षाप्रत्यक्षपणे संबंधित असणाऱ्या सर्वांचेच त्याबद्दल कौतुक केलेच पाहिजे.

आर्थिक पुनर्रचना कार्यक्रमाचा पायरव भारतीय अर्थव्यवस्थेमध्ये उमटल्याला गेल्या वर्षी पुरते पाव शतक पुरे झाले. त्यामानाने, सर्वसामान्य भारतीय नागरिकाची आर्थिक साक्षरता आजही बेतासबातच आहे. मराठी भाषाविश्वाची परिस्थिती याबाबतीत फारशी निराळी अजिबात नाही. अगदी प्रांजळपणे सांगायचे तर, 'आर्थिक' आणि 'वित्तीय' अथवा 'अर्थकारण' आणि 'वित्तकारण' या संज्ञा आपण समानार्थी म्हणूनच वापरतो. देशातील वित्तीय व्यवहारांच्या कक्षेपेक्षा अर्थव्यवहाराचा पैस कितीतरी अधिक व्यापक असतो, याचे सम्यक भान असणारे आजही मूठभरच सापडतील. वृत्तपत्रे आणि/अथवा नियतकालिकांच्या माध्यमातून आजही ढोबळमानाने 'अर्थविषयक' लेखन या स्वरूपात जे पुढ्यात अवतरते त्यातही मुख्यत: भरणा असतो तो 'वित्तीय' विषयांचाच. अर्थव्यवहार म्हणजे शेअरबाजार व त्यातील चढउतार अशीच कित्येकांची समजूत दिसते. 'अर्थशास्त्र' हा कितीही नाही म्हटले तरी तांत्रिक विषय ठरतो. त्यामुळे, आजूबाजूला घडणाऱ्या आर्थिक घडामोडींचे अंतरंग सर्वसामान्य

वाचकांना समजेल अशा पद्धतीने सादर करणे, हीदेखील एक कसोटीच ठरते. त्यातच, 'ॲकेडमिक' आणि 'वृत्तपत्रीय' हे द्वंद्व मनोभावे जोपासणारे विद्वानच आपल्या देशात पदोपदी आढळतात. संशोधकीय 'पेपर' लिहिणाऱ्यांच्या विश्वात पेपरमध्ये लिहिणे हे कमअस्सल समजले जाते. एरवी उठसूठ अमेरिकी जीवनशैलीचे गुणगान गाणारे आपण नेमक्या याचबाबतीत अमेरिकी अर्थतज्ज्ञांचे अनुकरण करण्याच्याबाबतीत अंगचोरपणा करतो. परदेशांतील अगदी नोबेल पारितोषिकविजेते जगन्मान्य अर्थवेत्तेही वृत्तपत्रांसारख्या 'पॉप्युलर' लोकमाध्यमांमधून स्तंभलेखन करण्यात कमीपणा मानत नाहीत. नेमके हेच आपल्याकडे घडत नाही. खास करून प्रादेशिक भाषांमधील लोकमाध्यमांद्वारे सर्वसामान्य वाचकांच्या आर्थिक साक्षरतेची इयत्ता उंचावण्याच्याबाबतीत असलेल्या अपेक्षा पूर्ण न होण्याच्या मार्गातील मुख्य अडथळा म्हटला तर हाच. घनघोर 'ॲकेडमिशियन' असणाऱ्या अभ्यासकांना वृत्तपत्रादी माध्यमांत लिहिताना शब्दसंख्येसंदर्भातील मर्यादेचा जाच वाटतो. त्यामुळेही अव्वल दर्जाचे अनेक संशोधक लोकमाध्यमांमधून लेखन करण्याबाबत नाखूश असतात. इंटरनेटच्या बाबतीत ती मर्यादा सपशेल अप्रस्तुत ठरते. त्यामुळे, तपशीलवार विवरण आवश्यक असणाऱ्या एखाद्या तांत्रिक विषयावरील लेखनासाठी प्रथम ई-माध्यम वापरून नंतर त्याचे छापील स्वरूपात अवस्थांतर घडवून आणण्याच्या या पुस्तकासारख्या उपक्रमामुळे अर्थशास्त्रासह अनेक तांत्रिक विषयांतील व्यासंगी अभ्यासक सर्वसामान्य वाचकांची विविध विषयांतील साक्षरता उंचावण्यासाठी लेखणी परजायला लागले तर या बाबतीत आजवर दाटून राहिलेला काळोख हटायला सुरुवात होते आहे, असा आश्वासक दिलासा तरी मिळेल. त्या दिलाशाच्या पाऊलखुणा उजळणाऱ्या या दस्तऐवजाचे स्वागत, म्हणूनच, कोतेपणा झटकून करायला हवे.

नोटाबदलीच्या दणक्यामुळे आपल्या देशातील सार्वजनिक चर्चाविश्व आरपार ढवळून निघाले, यात वादच नाही. आपल्या देशातील चलनव्यवस्था, तिचे नियंत्रण-नियमन करणारी भारतीय रिझर्व्ह बँक, पैशांचा पुरवठा, बँका व त्यांचे कामकाज, नोटांची छपाई, नोटा छापणारे छापखाने व त्यांचे व्यवस्थापन, भारतीय अर्थव्यवस्थेतील रोखीचे व्यवहार व त्यांचा पसारा, अर्थकारणातील विविध क्षेत्रांमध्ये रोखीच्या व्यवहारांचे असणारे कमीअधिक प्राबल्य, रोखीच्या व्यवहारांचे वार्षिक कॅलेंडर, सर्वसामान्यांमध्ये आजवर रुजलेली बँकिंगची संस्कृती, नव्याने रुजवण होत असलेले 'प्लॅस्टिक मनी'चे 'कल्चर', बँकिंग व एकंदरीनेच 'डिजिटल'व्यवहारांच्या फैलावासंदर्भात आपल्या देशात अनुभवास येणारे द्वैत, आर्थिक साक्षरतेचा फैलाव करण्याच्या आव्हानाबरोबरच

जणू त्याच्या हातात हात गुंफून वाटचाल करत असलेले 'डिजिटल' साक्षरताही वाढवण्याचे आव्हान..अशा अनंत पैलूंबाबत नोटाबदलीनंतरच्या महिना-दोन महिन्यांत उदंड मंथन घडले. आपल्या विचारविश्वाच्या कुंपणापलीकडेच एरवी पहुडलेले अनेक विषय त्या काळात आपले वैचारिक आभाळ व्यापून राहिले होते. या सगळ्या चर्वितचर्वणात केंद्रस्थानी राहिलेला मुद्दा म्हणजे काळ्या पैशांचा; ते स्वाभाविकही होते म्हणा. कारण, ५०० रुपये व १००० रुपये दर्शनी मूल्यासारख्या मोठ्या दर्शनी मूल्याच्या नोटा चलनामध्ये असल्याने समांतर अर्थव्यवस्थेला बहर चढत राहतो, असे ऐलान करत, 'नोटाबंदी म्हणजे काळ्या पैशांविरुद्ध पुकारलेल्या युद्धाची पहिली आघाडी,' असा शंखघोष सरकारने आरंभीच केला होता.

'काळा पैसा' या शब्दसंहतीबद्दल सर्वसामान्यांना तिरस्कार, घृणा, संताप यांसारख्या भावना पोटतिडिकीने वाटत असल्या तरी, काळ्या पैशांबाबत अवास्तव वा अयथार्थ समजुतीही तितक्याच भरभरून नांदताना दिसतात. रोखीने केलेला जणू प्रत्येकच व्यवहार काळ्या पैशाला जन्म देत असतो, हा असाच एक सार्वत्रिक भ्रम. जगात काय वा देशात काय, सर्वत्रच महामूर काळा पैसा नांदतो आहे, ही अशीच एक दुसरी फुगवलेली धारणा. मुळात, काळा पैसा म्हणजे कर चुकवून जमा केलेला पैसा. हिशेबठिशेबाच्या वहीत लिखापढी झालेल्या उत्पन्नावर कर आकारला जाणारच. जे उत्पन्न वा जी मिळकत कीर्द-खतावण्यांमध्ये डोकवतच नाही तिला आपण 'काळी माया' असे म्हणतो. म्हणजे, काळा पैसा हा शब्दश: बे-हिशेबी असतो. आता, ज्या पैशांचा हिशेबच ठेवलेला नसतो त्याचे अचूक गणित कसे मांडायचे, हा साधा विचारही काळ्या पैशांच्या आकारमानाबद्दल भरभरून बोलणाऱ्यांच्या मनात डोकवत नसेल, तर काय म्हणायचे? दुसऱ्या शब्दांत सांगायचे तर, काळ्या पैशांच्या साठ्यांबद्दल अगदी जागतिक बँकेपासून जे कोणी बोलत असतात ते निखळ अंदाज असतात, ही खूणगाठ आपण सगळ्यांनीच मनाशी पक्की बांधणे गरजेचे आहे. करचुकवेगिरीद्वारे जमा केलेल्या काळ्या पैशांची अचूक वा विश्वासार्ह मोजदाद करण्याची अभ्यासपद्धतीही आज कोणापाशी उपलब्ध नाही. भारतामध्ये ढिगाने काळा पैसा असल्यामुळेच, २००८ सालातील अमेरिकी अर्थव्यवस्थेत उद्भवलेल्या 'सबप्राइम' कर्जांच्या अरिष्टानंतर जागतिक अर्थव्यवस्थेला कवटाळून बसलेल्या मंदीचा विळखा भारतीय अर्थव्यवस्थेला पडला नाही, ही अशीच आणखी एक करमणूक करणारी धारणा. आपल्या देशात अनेकांनी बख्खळ काळा पैसा जमवून गाठीशी बांधलेला होता अथवा आहे आणि तो त्यांनी खर्च करण्यासाठी बाहेर काढल्यामुळेच भारतीय अर्थव्यवस्थेतील मागणी

बुलंद राहिली व अमेरिका अथवा युरोपीय समुदायातील अनेक देशांमध्ये उद्भवला तसा अनवस्था प्रसंग भारतीय अर्थव्यवस्थेवर ओढवला नाही, असे मानणाऱ्यांची संख्या आपल्या देशात कमी नाही. आता, हे विश्लेषण खरे मानायचे झाले तर, मुबलक काळा पैसा जमवलेल्यांचा 'थोर देशभक्त' म्हणून सत्कारच करायला लागेल! देय असणारा कर चुकवून ज्यांनी पैसा लपवला, तोच पैसा तेच महाभाग सशक्त मागणीअभावी भारतीय अर्थव्यवस्था ढेपाळू नये अशा उदात्त हेतूने खर्च करण्यासाठी आपखुशीने बाहेर काढणार असतील तर त्यांना 'देशभक्त' म्हणण्याखेरीज आपल्याला तरी काय पर्याय आहे?

'काळा पैसा' ही बेहिशेबी धनाच्या साखळीतील केवळ एक कडी होय, याचे भान ठेवले नाही की असे सगळे घोटाळे होतात. काळे धन एकंदर तीन प्रकारे नांदत असते. काळे उत्पन्न, काळा पैसा आणि काळी मालमत्ता हे ते तीन प्रकार. कोणत्याही हिशेबवहीमध्ये नोंदवल्या न जाणाऱ्या आणि म्हणूनच करव्यवस्थेच्या भिंगातून सुटणाऱ्या बेहिशेबी उत्पन्नातून बेहिशेबी पैसा निर्माण होत असतो. म्हणजे, बेहिशेबी उत्पन्न ही काळ्या पैशांची गंगोत्री अथवा जननी होय. असे काळे अथवा बेहिशेबी उत्पन्न ज्या वेळी जो कोणी रोख स्वरूपात स्वत:पाशी बाळगत राहतो त्याच्यापाशी काळा पैसा आहे, असे म्हटले जाते. म्हणजे, कर चुकवून निर्माण केलेले काळे उत्पन्न वा त्याचा काही भाग ज्या वेळी आणि जोवर रोख रकमेच्या वा नोटांच्या स्वरूपात सांभाळला जातो तेव्हा त्याला 'काळा पैसा' असे म्हणावे लागते. हा असा रोखीचा पैसा ज्या वेळी कोणत्या ना कोणत्या मालमत्तेमध्ये गुंतवला जातो त्या वेळी त्याचे रूपांतर बेहिशेबी अथवा काळ्या मालमत्तेमध्ये होते. दुसऱ्या शब्दांत सांगायचे तर, काळ्या उत्पन्नाचे रूपांतर काळ्या मालमत्तेमध्ये घडवून आणण्याच्या प्रवासातील एक स्टेशन म्हणजे काळा पैसा. पार्किंगमध्ये थोडा वेळ गाडी उभी करून ठेवण्यासारखाच हा प्रकार. त्यामुळे, एकंदर काळ्या उत्पन्नापैकी काहीच भाग अथवा हिस्सा कोणत्याही वेळी रोखीच्या स्वरूपात राखलेला असतो, हे आपण कोणीच विसरता कामा नये.

...आणि काळ्या पैशांबद्दल अतिरिक्त भावुकपणे बोलणारे हमखास चूक करतात, ती नेमकी हीच. काळ्या पैशांच्या आकारमानाबद्दल केले जाणारे अतिरंजित दावे बव्हंशी याच गफलतीमधून प्रसवलेले असतात. काळी माया जमवण्यात वाकबगार असणारी कोणतीही सुज्ञ असामी रोखीच्या स्वरूपात बेहिशेबी धन स्वत:जवळ बाळगण्याची जोखीम स्वीकारत नसतो, हे रोकडे वास्तव आपण केव्हा ध्यानी घेणार? ८ नोव्हेंबर २०१६च्या मध्यरात्री ५०० रुपये व १००० रुपये दर्शनी मूल्याच्या ज्या

नोटा चलनातून मागे घेतल्या गेल्या त्यांचे एकत्रित मूल्य होते १५ लाख ४४ हजार कोटी इतके. त्यांपैकी १२ लाख ४४ हजार कोटी रुपये दर्शनी मूल्याच्या नोटा २०१६ सालातील डिसेंबर महिन्याच्या तिसऱ्या आठवड्याच्या अखेरीस देशभरातील बँकांकडे जमा करण्यात आलेल्या होत्या, ही एकच बाब ते रोकडे वास्तव अधोरेखित करते. वृत्तपत्रादी माध्यमांमध्ये प्रकाशित झालेल्या तपशिलांनुसार तर, चलनातून मागे घेतल्या गेलेल्या नोटांच्या एकत्रित मूल्यापैकी जवळपास ९७ टक्के मूल्याच्या जुन्या नोटा बँकांकडे परत आलेल्या आहेत. भारतीय अर्थव्यवस्थेमध्ये काळा पैसा प्रचंड प्रमाणावर विहार करत असल्याची जी एक सार्वत्रिक धारणा नांदताना आपण पाहतो तिच्यात तारतम्याचा अभाव किती मोठ्या प्रमाणावर संभवतो याचे दर्शन याद्वारे घडते. या पुस्तकातील विवेचनात हा मुद्दा चर्चिला गेलेला आहे. 'आपल्या देशातील एवढा प्रचंड काळा पैसा मग गेला कोठे?..' असा प्रश्न कोणाच्याही मनात यामुळे उद्भवेल. त्याचे उत्तर सोपे आहे. काळा पैसा धुऊन पांढरा करणारे धोबीघाट आपल्या अर्थव्यवस्थेत ठिकठिकाणी गजबजलेले आहेत. सर्वत्रच सदासर्वकाळ 'मनी लाँडरिंग' कसे सुखेनैव चालू असते, त्याची खात्री आता तरी पटायला हरकत नाही. कर चुकवून जमा केलेली आणि काही काळ रोखीच्या स्वरूपात जवळ बाळगलेली 'माया' या ना त्या मार्गाने एक तर अधिकृत अर्थव्यवस्थेत आणली जाते अथवा कोणत्या ना कोणत्या स्वरूपातील स्थावर अथवा जंगम मालमत्तेमध्ये तिचे रूपांतर तरी घडवून आणले जाते. रोखीच्या स्वरूपातील काळा पैसा ज्या विविध मार्गांनी पांढरा बनवून अधिकृत अर्थव्यवस्थेत सोडला जातो त्या सगळ्या साखळीत गुंतवणूक सल्लागार, करसल्लागार, कंपनी कायद्यातील तज्ज्ञ, लेखापरीक्षक... अशा सन्मान्य व्यवसायांतील काही घटकच सक्रिय असतात. त्यामुळे, ''आपल्या देशातील राजकारणी, व्यापारी, निर्यातदार, बांधकाम व्यावसायिक, जमिनींचे व्यवहार करणारे एवढेच काय ते लफंगे आहेत, तेच सगळा काळा पैसा निर्माण करत असतात..'', असा वृथा दर्पवजा दावा मध्यमवर्गीयांनी व्यक्त न केलेलाच बरा. कारण, करसल्लागार, गुंतवणूक सल्लागार, कंपनी कायद्यातील जाणकार हे सगळे सुशिक्षित मध्यमवर्गाचेच घटक होत. त्यांखेरीज प्रशासन, लष्कर, न्यायव्यवस्था, खासगी उद्योगव्यवसायांचे क्षेत्र अशा सगळ्या ठिकाणी मध्यमवर्गातील सुशिक्षितच कार्यरत असतात. ही सगळी क्षेत्रे काळ्या पैशांच्या संसर्गापासून मुक्त आहेत, असा दावा कोण करू धजेल? म्हणजेच, काळा पैसा, समांतर अर्थव्यवस्था, मूल्याधिष्ठित राजकारण.. अशांसारख्या विषयांवर पोटतिडिकीने बोलणाऱ्या आपल्या देशातील मध्यमवर्गातीलच काही घटक काळ्या पैशांचे जनक आहेत, लाभार्थी आहेत

आणि पीडितही आहेत, हे वास्तव मान्य करण्यावाचून गत्यंतर नाही. याबाबत तटस्थपणे आत्मनिरीक्षण करण्याची आपल्या देशातील मध्यमवर्गाची तयारी आहे का, असा प्रश्न आता विचारायला हवा. त्या प्रश्नाचे निर्मळ उत्तर मिळेल अशी आशा बाळगायची का?

नोटाबदलीसारखा उत्पादक निर्णय राबवत एवढी मोठी उलथापालथ घडवून आणल्यानंतरही एवढासाच काळा पैसा निकामी होणार होता, तर मग हा घाट घातला कशाला, असाही प्रश्न विचारला गेला आणि पुढेही जाईल. या प्रश्नाचा दाह अधिक तीव्र होऊ नये म्हणून मग सरकारने पोतडीतून पिलू बाहेर काढले ते 'डिजिटल इकॉनॉमी'चे आणि 'कॅशलेस' अर्थव्यवहारांचे. आता, अगदी रोकडविहित व्यवहारांचा अथवा 'डिजिटल इकॉनॉमी'चा पसारा देशाच्या कानाकोपऱ्यात दूरवर आणि पुरेशा सक्षमपणे विस्तारलेल्या बँकिंगच्या पायावरच तोलला जाऊ शकतो, हे न समजण्याइतपत सरकारमधील उच्चपदस्थ धोरणकर्ते अनाडी नक्कीच नाहीत. आणि, सक्षम बँकिंगचे असे सक्षम जाळे सर्वत्र कार्यरत असते तर रोख व्यवहारांचे एकूणांतील प्रमाण आपसूकच घटायला लागले असते. प्रस्तुत दस्तऐवजातील विवेचनात या पैलूचा ऊहापोह करण्यात आलेला आहे. हा पैलू तसा बऱ्यापैकी सूक्ष्म असल्यामुळे एरवी तो चटदिशी ध्यानात येतोच असे नाही. प्रत्येक अर्थव्यवस्थेत आणि पर्यायाने प्रत्येक समाजात बँकिंगचीसुद्धा एक संस्कृती नांदत असते. अर्थकारणातील सुबत्तेचा सर्वसाधारण स्तर उंचावू लागला की त्या संस्कृतीमध्येही अनुरूप बदल घडून यायला लागतात. बँकिंगच्या संस्कृतीचा फैलाव भारतीय अर्थव्यवस्थेमध्ये जोमदारपणे सुरू झाला तो १९६९ साली तत्कालीन पंतप्रधान इंदिरा गांधी यांनी १४ मोठ्या बँकांचे राष्ट्रीयीकरण घडवून आणल्यापासून. त्या घटनेला आज उणीपुरी ५० वर्षेही अजून पूर्ण झालेली नाहीत. एवढ्या अल्पावधीमध्ये, बँकिंगच्या (अजूनही पुरत्या न भिनलेल्या) संस्कृतीच्या टप्प्यातून भारतीय अर्थव्यवस्था आणि सर्वसाधारण नागरिक एकदम 'डिजिटल इकॉनॉमी'च्या अथवा 'कॅशलेस'च्या युगात छलांग घेतील, असे समजणे सुज्ञपणाचे लक्षण मानता येत नाही. असे असताना, मग, 'डिजिटल' आणि 'कॅशलेस'चे नगारे का वाजवले जात आहेत? की, 'डिजिटल इंडिया'च्या घोषणेचा पाठपुरावा करत आपल्या देशात यथावकाश केल्या जाणाऱ्या खासगी गुंतवणुकीवर हमीचा परतावा संबंधित खासगी भांडवलदारांच्या ओंजळीत जमा व्हावा यासाठी 'डिजिटल इकॉनॉमी'चे ढोल बडवत, 'डिजिटल' तंत्रज्ञानासाठी देशांतर्गत बाजारपेठ रेटून निर्माण करण्याचा हा कावा आहे?

नोटाबदलीमुळे काळ्या पैशांच्या समस्येचे एकंदरीने कायमचेच निराकरण घडून

येईल आणि भारतीय अर्थकारण एकदम आरशासारखे स्वच्छ आणि आरपार पारदर्शक बनेल, असा एक भाबडा आशावाद अनेकांच्या मनात अंकुरलेला जाणवतो. मोठ्या दर्शनी मूल्याच्या नोटांमुळे काळ्या पैशांच्या निर्मितीला चालना मिळते आणि म्हणून अशा नोटा चलनातून बाद केल्या की काळ्या धनाच्या तोटीलाच बूच बसेल, हीदेखील एक अंधश्रद्धाच. आता, ५०० रुपये आणि १००० रुपये दर्शनी मूल्याच्या जुन्या नोटा व्यवहारातून काढून घेतल्या गेल्यामुळे त्या जुन्या नोटांच्या स्वरूपातील बेहिशेबी रोकड रकमेवर घण हाणला गेला, हे नि:संशय! म्हणजेच, कर चुकवून जमा केलेल्या बेहिशेबी पैशांचा भारतीय अर्थव्यवस्थेतील साठा (स्टॉक) या नोटाबदलीमुळे बाधित झालेला आहे. परंतु, त्यामुळे काळ्या पैशांच्या निर्मितीचा प्रवाहही (फ्लो) आपसूकच बंद होईल, असे समजणे बाळबोध ठरते. एखाद्या घागरीत बरेच दिवस साठवून ठेवलेले पाणी ओतून देऊन ती घागर रिकामी करणे वेगळे आणि घागरीत पाणी भरणाऱ्या नळाची तोटीच बंद करून, ती घागर पुन्हा भरणार नाही याचा बंदोबस्त करणे वेगळे. या पुस्तकातील लेखनात हा मुद्दा चर्चिला गेलेला आहे. अनेकांना ही अतिशय मूलभूत बाब नीट आकळतच नाही. काळ्या पैशांच्या साठ्याला जन्म देणारा काळ्या उत्पन्नाचा प्रवाहच अवरुद्ध बनवायचा तर त्यासाठी कराव्या लागणाऱ्या उपाययोजनेचा मार्ग करसुधारणांच्या प्रांतातून जातो. वस्तू आणि सेवाकराची प्रणाली आपल्या देशात लागू करण्याबाबत जी सारी प्रक्रिया सध्या चालू आहे, ते या दिशेने उचलण्यात येणारे एक अत्यंत महत्त्वाचे पाऊल ठरते. किंबहुना, ८ नोव्हेंबर २०१६च्या मध्यरात्रीपासून सगळे चर्चाविश्व 'नोटाबदली' या एकाच विषयाने झाकोळले गेल्याने वस्तू आणि सेवा कराच्या अंमलबजावणीबाबतच्या पूर्वतयारीचे नियोजित वेळापत्रक पूर्णपणे विस्कटून गेले. बँकिंगच्या सेवेचा पसारा अर्थव्यवस्थेच्या कानाकोपऱ्यांत सुदूर पसरवणे, प्रत्यक्ष करांचा भरणा व व्यवस्थापन सुटसुटीत, सोपे व पारदर्शक बनवणे, करवसुली व करभरणा यांच्याशी संबंधित यंत्रणेमध्ये अत्याधुनिक तंत्रज्ञानाचा वापर सर्वदूर घडवून आणणे, करांचा पाया विस्तारण्यासाठी प्रयत्नशील बनत करांचे दर सरासरीने खाली आणण्यासाठी पावले उचलणे, करबुडवेगिरी करणाऱ्यांना कठोर शासन विनाविलंब करणे, शासकीय निविदा भरण्याची एकंदरच प्रक्रिया इंटरनेटच्या माध्यमातून कार्यान्वित बनवणे, शासकीय असो वा खासगी, कोणत्याही प्रकारच्या कामांसाठी दिल्या जाणाऱ्या कंत्राटांचे शुल्क बँकेमार्फत वा धनादेशाद्वारेच दिले जावे अशी तरतूद बंधनकारक करणे, करचोरी व करथकवेगिरी शोधून काढणाऱ्या यंत्रणांचे सक्षमीकरण घडवून आणत असतानाच त्यांच्या कारभारात राजकीय हस्तक्षेप होणार

नाही याची दक्षता बाळगणे, करविषयक गुन्ह्यांचा तपास करणाऱ्या यंत्रणांचे मनुष्यबळविषयक तसेच तंत्रज्ञानात्मक सबलीकरण घडवून आणणे.. अशांसारखे उपाय नेटाने राबविले गेले तरच बेहिशेबी पैशांच्या प्रवाहाचा आवेग आणि प्रपात रोडावू शकेल.

हे सगळे घडेल असा आशावाद बाळगायलाच हवा. सरकारने जारी केलेला नोटाबदल उपक्रम म्हणजे त्या दीर्घ प्रवासातील एक महत्त्वाचा टप्पा असे समजून या सगळ्या खटाटोपाचे फलित आपण नीट निरखून बघायला हवे. नोटाबदली कार्यक्रमाचे काही मुख्य फायदे निश्चितच आहेत. सगळ्यात पहिले म्हणजे, देशातील बँकांमध्ये असलेल्या सर्व खात्यांचे एक 'बेसलाइन' सर्वेक्षण यामुळे घडेल. ८ नोव्हेंबर २०१६ नंतर ज्या कोणत्या खात्यांत संशयास्पद व्यवहार घडून आल्याचे दिसेल त्या खात्यांवर इथून पुढे आयकर खात्याचे भिंग कायमच रोखलेले राहील. किती कल्पकतेने आणि किती प्रकारे करदाते करचुकवेगिरी करत असतात, कर चोरण्यासाठी काय काय क्लृप्त्या योजल्या जातात, याचा जणू एक विस्तृत आलेखच ८ नोव्हेंबर २०१६ नंतरच्या बँकव्यवहारांची खातेनिहाय तपासणी केल्यानंतर करव्यवस्थापकांच्या पुढ्यात चितारला जाईल, ही दुसरी मोठी कमाई. केवळ इतकेच नाही तर, काळा पैसा पांढरा करण्यासाठी विद्यमान व्यवस्थेतील तसेच संबंधित कायदेकानूंमधील कोणत्या फटींचा किती चलाखीने कसा वापर केला जातो, याचीही कुंडली करप्रशासकांना मांडता येईल. सगळ्यात महत्त्वाचे म्हणजे, नोटाबदलीसारखा एक विलक्षण उलथापालथ घडवणारा निर्णय ज्या वेळी धोरणकर्त्यांकडून घेतला जातो त्या वेळी अशा निर्णयाची अंमलबजावणी व त्या निर्णयामधून निष्पन्न होणाऱ्या कल्पित-अकल्पित प्रश्नोपप्रश्नांची हाताळणी कार्यक्षमतेने करण्याबाबत आपल्या देशातील प्रशासकीय यंत्रणा कितपत सक्षम आणि तत्पर आहे, याचे व्यापक 'ऑडिट' या उपक्रमामुळे घडले. नोटाबदलण्याच्या निर्णयाचे सर्वाधिक चटके आणि फटके बसले ते बँकिंगला. नोटांची छपाई, तपासणी, मोजणी, हिशेबाची लिखापढी, छापखान्यांची क्षमता, छापून तयार झालेल्या नोटांचे वहन आणि वाटप, बँकांच्या शाखांचे स्थानांकन, ग्रामीण व दुर्गम भागांतील शाखांपर्यंत नोटा पोहोचविण्याचे आव्हान, 'एटीएम' यंत्रांचे नव्याने सक्षमीकरण आणि अशा सगळ्यांसाठी लागणारा वेळ.. याचे संपूर्ण गणितच कोलमडून पडलेले आपण अनुभवले. आपल्या देशातील प्रशासकीय यंत्रणेचे सक्षमीकरण किती पातळ्यांवर, कशा पद्धतीने करणे क्रमप्राप्त बनलेले आहे, याचा लेखाजोखा या निमित्ताने मांडला गेला तर नोटाबदली उपक्रमाचा व्यवस्थेवरील तो एक मोठा उपकारच ठरेल.

नोटाबदलीमुळे एका अतिशय संवेदनशील विषयाला तोंड फुटले आणि तो विषय म्हणजे भारतीय रिझर्व्ह बँकेच्या स्वायत्ततेची पायमल्ली होण्याचा. कोणत्याही देशातील लोकशाही व्यवस्था ही त्या त्या देशातील संस्थात्मक प्रणालीवर तोललेली असते. या व्यवस्थेतील प्रत्येक संस्थेच्या कामकाजाचा परीघ, जबाबदाऱ्यांचे आरेखन, निर्णयप्रक्रियेसंदर्भातील स्वायत्ततेचा पैस सुविहितपणे आखलेला असतो. त्यामुळे, या व्यवस्थात्मक पसाऱ्यातील एका जरी संस्थेच्या स्वायत्ततेवर घाला घातला गेला, तरी उभ्या व्यवस्थेचीच वीण विसविशीत होण्याचा धोका असतो. नोटाबदलीच्या निर्णयामुळे 'भारतीय रिझर्व्ह बँक' नावाच्या आपल्या अर्थव्यवस्थेतील एका अतिशय प्रतिष्ठित आणि जुन्या संस्थेच्या निर्णयविषयक स्वायत्ततेवर आक्रमण झाल्याचे आपण सगळ्यांनीच पाहिले. या सगळ्यांतून विदेशी गुंतवणुकदारांना कोणता संदेश पोहोचला असेल? हा तर अधिकच संवेदनशील प्रश्न ठरतो. गंमत म्हणजे, काही मूठभर स्पष्टवक्ते सोडले तर आपल्या देशातील सर्वसामान्यांना नोटाबदलीच्या या नाजूक पैलूबाबत फारसे काही सोयरसुतक असल्याचे जाणवले नाही. एकंदरीतच, अर्थविषयक तपशील बारकाईने जाणून घेण्याबाबतची अक्षमता अथवा उदासीनता आणि देशाच्या आर्थिक व्यवस्थापनातील संस्थात्मक संरचनेबद्दलच्या किमान साक्षरतेची अल्पस्वल्प पातळी या दोहोंचा हा एकत्रित परिणाम असावा. बदलत्या अर्थकारणाबरोबरच सर्वसामान्यांची आर्थिक साक्षरतेची सरासरी पातळी उंचावणे किती अनिवार्य व निकडीचे बनते आहे, याचा हा पुरावा मानायला हवा. अशी प्रगल्भ अर्थसाक्षरता भारतीय समाजात निर्माण व्हावी, यासाठी आवश्यक ठरणाऱ्या प्रयत्नांचा एक भाग असणाऱ्या या पुस्तकाचे त्यासाठीच सहर्ष स्वागत.

अभय टिळक
ज्येष्ठ अर्थतज्ज्ञ

संपादकीय मनोगत

आठ नोव्हेंबर दोन हजार सोळा हा दिवस भारतीय राजकारण, अर्थकारण आणि समाजकारण या तिन्हींच्या दृष्टीने काहीसा अनपेक्षित, थोडासा धक्कादायक आणि बराचसा भंबेरी उडवणारा होता. पंतप्रधान नरेंद्र मोदी यांनी या दिवशी रात्री साधारणपणे नऊच्या सुमारास भारतीय चलनातून ५०० व १००० रुपयांच्या चलनी नोटा मध्यरात्रीपासून रद्द करण्यात येत असल्याचे जाहीर केले. काळ्या पैशावाल्यांना 'जादू की झप्पी' देण्यासाठी हा निर्णय घेतला असल्याचे पंतप्रधानांकडून सांगण्यात आले. त्यामुळे या निर्णयाचे भारतीय जनतेने मोठ्या प्रमाणावर स्वागतही केले.

मात्र हा निर्णय मोदींनी जाहीर केल्यानंतर लगेचच एटीएम, बँका यांच्यासमोर लोकांच्या पैसे काढण्यासाठी रांगा लागल्या. लोकांना आपल्याकडील जुन्या नोटा बँकेमध्ये जमा करण्यासाठीही काही दिवसांची सवलत देण्यात आली होती. पण रोजच्या खर्चासाठी लागणाऱ्या पैशांसाठी लोकांनी एटीएम आणि बँकांसमोर मोठमोठ्या रांगा लावल्या. दुसऱ्या दिवशीच्या अद्ययावत भारतीय प्रसारमाध्यमांमधून त्याविषयीच्या हेडलाइन्स झळकल्या. हळूहळू या निर्णयामागच्या बातम्या प्रकाशित होऊ लागल्या. त्यातील सर्वांत महत्त्वाची बातमी होती, या प्रकारात भारतीय रिझर्व्ह बँक बेदखल होती.

त्यामुळे या निर्णयाचे पहिल्या दोन-तीन दिवसांत स्वागत केले गेले असले तरी हळूहळू रिझर्व्ह बँकेला फारसे जमेस न धरता आणि प्रशासनालाही फारसे विश्वासात न घेता घाईघाईने घेतलेल्या या निर्णयावर अर्थतज्ज्ञांकडून टीका होऊ लागली. पंतप्रधान मोदींनी ५० दिवसांत सर्व काही सुरळीत होईल असे आश्वासन दिले होते. परंतु तोवर उद्योग, शेती इथपासून ते प्रकाशन व्यवसायापर्यंत सर्व लहान-मोठ्या उद्योगांना या निश्चलनीकरणाचा वा नोटबंदीचा काही ना काही फटका बसला.

नुकतेच या निर्णयाला तीन महिने पूर्ण झाले आहेत. या तीन महिन्यांच्या काळात 'अक्षरनामा' या आमच्या डिजिटल डेली फीचर्स पोर्टलवर आम्ही या विषयाचा पाठपुरावा करणारे तब्बल २० हून अधिक लेख छापले. त्यातून निश्चलनीकरण वा नोटबंदीच्या निर्णयामुळे भारतीय जनमानस, दैनंदिन व्यवहार आणि उद्योग-व्यवसाय यांवर काय परिणाम झाले, यांचा काही प्रमाणात आढावा घेतला गेला. तो पुस्तकरूपाने उपलब्ध करून दिला तर त्याला भविष्यातही संदर्भमूल्य राहील, या हेतूने हा संग्रह संपादित केला आहे.

मोदी सरकारच्या नोटबंदीच्या निर्णयाला आता तीन महिने उलटून गेले, तसेच सहा महिने, वर्षही होईल. एखादी गोष्ट भारतीयांच्या अंगवळणी पडायला खूप वेळ लागत नाही. मात्र गेल्या वर्षातील आणि कदाचित मोदी यांच्या पंतप्रधानपदाच्या कारकिर्दीतील ही सर्वांत मोठी घडामोड म्हणून देशाच्या इतिहासात नोंदली जाईल.

मोदी सरकारचे सर्वांगीण मूल्यमापन करण्यासाठी अजून जवळपास अडीच वर्षे थांबावे लागेल. परंतु त्यांच्या कारकिर्दीतील दूरगामी परिणाम करणारी घटना म्हणून नोटबंदीचा उल्लेख भारतीय राजकारणात करावाच लागेल. त्या इतिहासाचा एक छोटासा दस्तऐवज म्हणूनही या संग्रहाकडे पाहता येईल.

'अक्षरनामा'वर प्रकाशित झालेल्या २१ लेखांपैकी या संग्रहात १७ लेख घेतले आहेत. वगळलेल्या लेखांमध्ये ज्येष्ठ कथाकार भास्कर चंदनशिव यांच्या 'लाल चिखल' या पुनर्मुद्रित कथेचा समावेश आहे. बाजारपेठेत टोमॅटोची मोठ्या प्रमाणावर झालेली आवक आणि त्यामुळे टोमॅटोचे पडलेले भाव, यांमुळे हतबल झालेल्या एका शेतकऱ्याची व्यथा-वेदना चंदनशिव यांनी या कथेत अतिशय परिणामकारक रीतीने सांगितली आहे. मात्र ती कथा असल्यामुळे तिचा समावेश या संग्रहात केला नाही. मुग्धा कर्णिक यांच्या नोटबंदीविषयीच्या दोन कविताही चांगल्या असल्या तरी याच कारणास्तव त्या वगळाव्या लागल्या. 'लोक' नोटाकुटीला आले, अर्थतज्ज्ञ बोलू लागले! हा लेखही केवळ इंग्रजीतील नोटबंदीविषयीच्या लेखांची माहिती करून देणारा असल्याने वगळला आहे. नैमित्तिक स्वरूपाच्या निकषावरच ज्येष्ठ पत्रकार-संपादक प्रवीण बर्दापूरकर यांचाही लेख वगळावा लागला.

या संग्रहात माजी पंतप्रधान मनमोहनसिंग आणि ज्येष्ठ पत्रकार पी. साईनाथ यांच्या प्रत्येकी एका लेखाचा नव्याने समावेश केला आहे. मनमोहनसिंग यांचा मूळ लेख दै. 'हिंदू'मध्ये तर साईनाथ यांचा लेख ऑनलाइन पोर्टलवर प्रकाशित झाला होता. त्या दोन्ही लेखांचे महत्त्व पाहता त्यांचा खास या संग्रहासाठी अनुवाद करून घेतला आहे.

या संग्रहात प्रकाश बुरटे, महेश सरलष्कर आणि आनंद शितोळे यांच्या प्रत्येकी दोन लेखांचा समावेश आहे. शिवाय 'अक्षरनामा'वर लिहिलेल्या दोन संपादकीय लेखांचाही समावेश केला आहे. अर्थतज्ज्ञ अभय टिळक यांनी या संग्रहाला प्रस्तावना लिहिली आहे. शिवाय त्यांच्याही एका लेखाचा समावेश आहे. तो जाणीवपूर्वक केलेला आहे. रविशकुमार यांनी त्यांच्या 'कस्बा' या ब्लॉगवर मूळ हिंदीमध्ये लिहिलेल्या लेखाचा मराठी अनुवाद 'अक्षरनामा'वर प्रकाशित झाला होता. त्याचाही समावेश केला आहे. विनोद शिरसाठ यांचा मूळ लेख 'साधना' साप्ताहिकामध्ये प्रकाशित झाला होता. नंतर त्याचे 'अक्षरनामा'वर पुनर्मुद्रण करण्यात आले. या लेखाचे एक वैशिष्ट्य आवर्जून नमूद करायला हवे. हा मूळ लेख शिरसाठ यांनी २१ नोव्हेंबर रोजी लिहिला होता. (तो 'साधना'च्या ३ डिसेंबरच्या अंकात प्रकाशित झाला.) त्यानंतर सहा दिवसांनी, २७ नोव्हेंबर रोजी 'इंडियन एक्सप्रेस' या इंग्रजी वर्तमानपत्रातील आपल्या सदरामध्ये माजी केंद्रीय अर्थमंत्री पी. चिदंबरम यांनी 'खोदा पहाड, निकला चुहा' या शीर्षकाचा लेख लिहिला होता. हे साधर्म्य संतुलित विचार करणाऱ्या अनेक अभ्यासकांमध्ये उत्तरोत्तर दिसून येते गेले.

या संग्रहातून नोटबंदीच्या निर्णयाचे भारतीय जनमानस, अर्थकारण यांवर नेमके काय परिणाम झाले, हे निदान काही प्रमाणात जाणून घ्यायला मदत होईल. त्यामुळे एका अर्थाने हा संग्रह नैमित्तिक असला तरी दस्तऐवज म्हणून त्याचे मोल अबाधित राहील असे वाटते.

'अक्षरनामा' पुस्तकमालिकेतील या पहिल्यावहिल्या पुस्तकाचे वाचक स्वागत करतील अशी आशा आहे.

राम जगताप
संपादक
www.aksharnama.com

अनुक्रम

१. 'कालच्या 'सर्जिकल स्टाईक'नंतर झोप लागली का?'

माधव लहाने

काल संध्याकाळी उशिरा ऑफिसहून घरी जाताना असे वाटले की, आर्थिक क्षेत्रात काही भूकंप झाला आहे की आणीबाणी लागू झाली आहे? कारण अनेक जण एटीएमकडे धावत होते. सर्वच एटीएम केंद्रांवर गर्दी झाली होती. घरी पोहोचलो. मोबाईल पाहिला, तर व्हॉटसअॅपवर मेसेजसचा पाऊस पडला होता. ते वाचून सर्व चित्र स्पष्ट झाले.

पंतप्रधान नरेंद्र मोदी यांनी ५०० व १००० रुपयांच्या नोटा काल मध्यरात्रीपासून चलनातून बाद करण्याचा ऐतिहासिक निर्णय घेतला आणि देशभर एकच गडबड उडाली. मोदी धाडसी व क्रांतिकारक निर्णय घेतील या विश्वासावरच दोन वर्षांपूर्वी निवडून आले आहेत. गेल्या दोन-अडीच वर्षांत त्यांनी अनेक धाडसी निर्णय घेतलेही, परंतु ५००-१०००च्या नोटा तडकाफडकी, एका मध्यरात्रीत बंद करण्याचा निर्णय आजवरचा त्यांचा सर्वांत धाडसी, स्तुत्य निर्णय म्हणावा लागेल. कुणालाही सुगावा लागू न देता थेट लक्ष्याचा वेध घेण्याच्या प्रकाराला 'सर्जिकल स्ट्राईक' म्हणतात, हे आता आपल्याला माहीत झाले आहे. मोदींचा हा नवा 'सर्जिकल स्ट्राईक' अतिशय अभिनंदनीय आहे. या निर्णयाचा फार मोठा फटका काळा पैसा आणि बनावट चलन असणाऱ्यांना बसणार आहे.

५००-१०००च्या नोटांवर बंदी घालण्याचा निर्णय हा आर्थिक मुत्सद्देगिरीचा एक भाग आहे. अनेक अर्थशास्त्रज्ञ मोठ्या रकमेच्या नोटांवर बंदी घालण्याची मागणी

करत होते. अंडरवर्ल्ड, ड्रग्ज माफिया, तस्कर, आंतकवादी कारवाया, निवडणुका आणि इतर मोठ्या बेकायदेशीर देवाणघेवाणीमध्ये रोख रकमेचा सररास वापर केला जातो. त्यावर नियंत्रण ठेवणे अतिशय कठीण झाले होते. या प्रकाराच्या व्यवहारात नेहमीच मोठ्या रकमांच्या नोटांचा वापर होतो. त्यामुळे त्यांच्या बनावट नोटा बनवण्याचा प्रकार फार मोठ्या प्रमाणात केला जातो. आपण अधूनमधून अमूक कोटीच्या बनावट नोटा जप्त अशा बातम्या वाटतो. त्यातील बहुतांश नोटा या ५००-१०००च्याच असतात.

रिझर्व्ह बँक ऑफ इंडियाच्या माहितीनुसार १७.५४ लाख कोटी रुपये इतक्या मूल्याच्या नोटा सध्या अर्थव्यवस्थेमध्ये आहेत. त्यापैकी ८६ टक्के म्हणजे १५.०८ लाख कोटी रुपये हे फक्त ५०० व १०००च्या नोटांच्या स्वरूपात आहेत.

सरकारने घेतलेला हा निर्णय काळ्या पैशांचे व्यवहार संपवण्याचा दृष्टिकोनातून टाकलेले एक स्तुत्य पाऊल आहे. सरकारने हेही स्पष्ट केले आहे की, पुढील काही दिवसांत ५०० व २०००च्या नव्या नोटा आणल्या जातील. त्यामुळे आपण एका रात्रीत 'पेपरलेस इकॉनॉमी' झालो आहोत असेही नाही. मात्र या निर्णयामुळे सर्वसामान्य लोकांमध्ये कार्ड पेमेंट, नेट बँकिंग इत्यादी सेवांबद्दल जागरुकता वाढेल आणि पर्यायाने त्या ते वापरायलाही लागतील. हाही या निर्णयाचा एक आनुषंगिक फायदा होणार आहे.

या निर्णयामुळे सरकार ५०० व १००० च्या सर्व नोटा एकत्रितपणे, एकाच वेळी कायदेशीररीत्या अर्थव्यवस्थेतून बाहेर काढून तेवढ्या मूल्याचे नवीन चलन अर्थव्यवस्थेत आणत आहे. या प्रक्रियेत बनावट नोटा पूर्णपणे अर्थव्यवस्थेतून बाहेर पडतील तसेच काळा पैसा कमी होण्यास मदत होईल.

सरकार १०००च्या नोटा बदलून तेवढ्याच मूल्यांच्या २०००च्या नोटा बाजारात आणत आहे. त्यामुळे चलनात फिरणाऱ्या मोठ्या नोटांचे प्रमाण कमी होईल असा अंदाज व्यक्त केला जात आहे. तसेच असेही म्हटले जात आहे की, नवीन २०००च्या नोटा या नव्या तंत्रज्ञानाने बनवल्या जातील. ज्यामुळे त्यांचा माग काढणे सोपे जाईल. या नव्या नोटा अधिक चांगल्या प्रकारच्या असतील. परिणामी त्या अधिक काळ टिकतीलही. मात्र सरकारने ५००-१०००च्या ऐवजी २५०-३००पर्यंतच्याच नोटा काढून त्या अर्थव्यवस्थेत आणायला हव्यात. यामुळे मोठ्या प्रमाणावर असलेल्या सामान्य वर्गाची गैरसोय होणार नाही आणि मोठ्या किमतीच्या नोटांचे चलनवलनही कमी होईल.

भारतातील ९०-९५ टक्के दैनंदिन व्यवहार रोख स्वरूपात होतात. सहा-सात टक्के व्यापारीवर्ग ई-पेमेंट सेवा स्वीकारतात. तर ७०-८० टक्क्यांपेक्षा जास्त नागरिक असे आहेत त्यांना 'ऑनलाईन बँकिंग' व 'मोबाईल बँकिंग' म्हणजे काय, हे माहीत नाही. हे पर्याय वापरायलाही त्यांचा स्पष्ट नकार असतो. त्यांच्यासाठी रोख स्वरूपातला व्यवहार हाच निर्धोक असतो. त्यामुळे एकदम चलनातून नोटा बाद करणे चुकीचे ठरले असते.

अर्थात या निर्णयाचा काही समाजघटकांना त्रासही होऊ शकतो. गरीब शेतकऱ्यांना याचा त्रास होणार नाही याची काळजी घ्यायला हवी. तसेच शेतकरी, रोजंदारीवर काम करणारे कामगार आणि या प्रकारच्या वर्गावर या निर्णयावर काय परिणाम होतील, त्यांची पिळवणूक होणार नाही, याचीही काळजी घ्यावी लागेल.

सरकार जेव्हा अशा प्रकारचे अनपेक्षित निर्णय घेते, तेव्हा त्याकडे अनेकदा संकट ओढवल्याच्या भावनेने पाहिले जाते. परंतु मोदी सरकार सत्तेत आल्यापासून काळ्या पैशाविषयी गंभीर आहे. स्विस बँकेतील भारतीयांचा काळा पैसा आणण्यात सरकारला पूर्णपणे यश आले नसले, तरी देशांतर्गत काळा पैसा ज्यांच्याकडे आहे, त्यांना तो आता आगीच्या बंबात घालण्याशिवाय किंवा साईबाबा, तिरुपती यांच्या चरणी वाहण्याशिवाय पर्याय नाही.

आपण प्रत्येक गोष्टीकडे राजकारणाच्या नजरेने पाहण्याचा प्रयत्न करत असतो. मोदी सरकारच्या या निर्णयामध्ये राजकारण नाही असे नाही. उत्तर प्रदेशमधील निवडणुका तोंडावर आल्या आहेत. त्यावर या निर्णयाचा मोठा परिणाम आहे. अर्थात याचा भाजपलाच फायदा होईल असेही नाही. त्यामुळे हा निर्णय केवळ राजकारण प्रेरित आहे, या एकाच भावनेने त्याकडे पाहिले जाऊ नये. सरकारने गेल्या दोनेक वर्षांत अनेक महत्त्वाचे निर्णय घेतले आहेत. जीएसटी पास झाले असले, तरी सामान्य लोकांना 'अच्छे दिन' दाखवणारे आणि काळ्या पैसा परत आणणारे सरकार कुठे दिसत नव्हते. पण ५००-१०००च्या नोटांच्या निर्णयामुळे मोदी सरकार अतिश्रीमंत ते अतिसामान्य नागरिक अशा सर्वांच्या चर्चेचा विषय बनले आहे. मोदींनी पाकिस्तानवर केलेल्या सर्जिकल स्ट्राईकनंतरचा हा काळ्या पैशांवरील सर्जिकल स्ट्राईक, ही त्यांच्या २०१९च्या लोकसभा प्रचाराच्या पटकथेचीही सुरुवात मानायला हरकत नाही.

काहीही असो, देशभरातल्या ज्यांनी ज्यांनी काळा पैसा स्वतःच्या घरात, ऑफिसात वा इतरत्र डांबून ठेवला आहे, त्यांनी सकाळी सकाळी एकमेकांना फोन करून 'रात्री झोप लागली का?' असा प्रश्न नक्कीच विचारला असेल!

२. पैशांसाठी आम्हां फिरविशी दाही दिशा...

प्रकाश बुरटे

पंतप्रधान मोदींनी ८ नोव्हेंबर रोजी रात्री ८ वाजता 'रु. ५०० आणि रु.१०००च्या नोटा उद्यापासून बाद केल्या आहेत' अशी घोषणा केली. काळा पैसा बाहेर काढणे, खोट्या नोटा चलनांतून बाद करणे आणि त्या आधारे अतिरेक्यांची आर्थिक रसद बंद करणे असे हेतू सांगणाऱ्या या कृतीचे 'मोदींचा काळ्या पैशावरील सर्जिकल स्ट्राईक' असेही वर्णन झाले होते. याच्या थोडेच दिवस आधी भारताने पाकिस्तानवर 'सर्जिकल स्ट्राईक' केला होता. त्याचे 'श्रेय' मोदींना मिळाले. नव्या सर्जिकल स्ट्राईकने जुन्या सर्जिकल स्ट्राईकवरील उलटसुलट चर्चेला पूर्णविराम दिला.

चर्चेला आता 'काळा पैसा' हा नित्य नवा विषय मिळाला. नोटा रद्दीकरणाच्या हेतूंपैकी पहिला हेतू आहे 'काळा पैसा'. संपत्ती जशी चलनात असते, तशी ती सोने, हिरे, स्थावर मालमत्ता, व्यापारउदीम, आयात-निर्यात, उद्योग, शेअर्स अशा अनेक रूपांत असते. यापैकी कोणत्याही प्रकारच्या संपत्तीवरील कर चुकवण्यासाठी तिची अयोग्य माहिती पुरवून म्हणजे तिचा काही हिस्सा जाहीर न करण्याच्या बेकायदेशीर मार्गाने जमा केली जाते, तेव्हा अशी संपत्ती जमा करण्याचा व्यवहार बेकायदेशीर असतो. अशा काळ्या व्यवहारातून 'काळी संपत्ती' तयार होते. उदाहरणार्थ, आयात-निर्यात केलेल्या मालांची (तिच्या किमतीची नव्हे) खोटी मोजमापे जाहीर करणे, वस्तूंच्या उत्पादनांची खोटी माहिती जाहीर करणे, कर न भरता केलेली विक्री किंवा पुरवलेल्या सेवा... अशा प्रक्रियांतील बेकायदेशीर लपवाछपवीतून काळा पैसा (यापुढे 'काळा पैसा' म्हणजे कर चुकवण्यासाठी केलेले सर्व बेकायदेशीर आर्थिक व्यवहार असा घ्यावा) तयार होतो. देशात केलेली

उलाढाल हवाला किंवा इतर मार्गाने ज्या देशात टॅक्स लागत नाही, अशा 'टॅक्स हेवन' देशात पोहोचती करणे, हा तर सध्या मोठ्या करबुडव्यांचा (वाम) राजमार्ग बनला आहे. एकूण बेकायदेशीर व्यवहारांतून तयार झालेल्या काळ्या संपत्तीचा थोडा हिस्सा थोड्या काळासाठी नोटांच्या रूपात जरूर साठवला जातो. आवश्यक तेवढी रोकड जमली की तो पैसा राजकारण (निवडणुका इत्यादी), व्यवसाय, उद्योग, स्थावर मालमत्ता, आणि पैशांत सहज रूपांतर होऊ शकणारे सोने (हिरे आणि दागिने) या रूपांत रिचवला जातो. याचा अर्थ चलनाच्या रूपातील काळा पैसा हा काळ्या संपत्तीचा अगदी छोटासा हिस्सा असतो. म्हणूनच नोटांच्या रूपांतील 'काळा पैसा' हा शब्द बेकायदेशीर मार्गाने जमवलेल्या संपत्तीसाठी अपूर्ण शब्द आहे, हे आपण कायम लक्षात ठेवले पाहिजे. देशात तयार झालेल्या वरील सर्व प्रकारच्या वार्षिक संपत्तीच्या मोजदादीच्या आधारावर राष्ट्रीय सकल उत्पादनाची (रासउ) जगभरातील अर्थतज्ज्ञ आकडेमोड करतात. भारतात एकूण रासउच्या २० टक्के काळा पैसा असल्याचे निष्कर्ष तज्ज्ञांनी मांडले आहेत (संदर्भ : "India's black economy shrinking, pegged at 20% of GDP: Report' या शीर्षकाचे ५ मे २०१६ रोजीच्या Indian express मधील टिपण). रासउच्या तुलनेत देशाची चलनातील संपत्ती फार कमी असते, त्यावरून असे दिसते, की बाद केलेल्या नोटांच्या रूपात फार तर ५ ते १० टक्के काळा पैसा असेल.

मोदींनी खोट्या नोटांच्या माध्यमातून अतिरेक्यांना आर्थिक रसद मिळते, असाही दावा वरील भाषणात केला आहे. रिझर्व्ह बँकेच्या म्हणण्यानुसार खोट्या नोटा तर अर्ध्या टक्क्यांपेक्षाही कमी (.०२८ टक्के. संदर्भ: Statement on DeMonetisation by SAHMAT) आहेत. परिणामी नोटा रद्दीकरणामुळे .०२८ टक्के खोट्या नोटा फार तर रद्द होतील. दहशतवाद्यांच्या विविध टोळ्यांचा एकत्रित खर्च यापेक्षा अवाढव्य असतो. त्यामुळे नोटा नोटारद्दीकरणाचे उरलेले दोन हेतू जवळपास निकालात निघतात.

भ्रष्टाचारातून जमवलेल्या सर्व प्रकारच्या काळ्या संपत्तीला सामान्य जनतेचा नकार आहे. नोटा रद्दीकरणामुळे चलनाच्या रूपातील काळ्या संपत्तीचा थोडा हिस्सा बाहेर आला, तरी त्यात जनतेला आनंदच आहे. फक्त तो बाहेर आणायला लागणाऱ्या खर्चाच्या आणि त्यासाठी सामान्यांना होणाऱ्या कष्टाच्या तुलनेत बराच जास्त असावा, अशी तिची रास्त अपेक्षा आहे. शासनाने या खर्चाची, जमा झालेल्या करांची आणि कर भरल्याने चलनात आलेल्या पांढऱ्या नोटांच्या रूपातील संपत्तीची सोप्या भाषेतील

आकडेवारी त्वरेने प्रसिद्ध करावी. तोपर्यंत रोज बदलत्या पार्श्वभूमीवर नव्या 'सर्जिकल स्ट्राईक'चा मोजक्या काही अंगाने विचार करू या.

नव्या 'सर्जिकल स्ट्राईक'आधी नोटांच्या रूपातील काळा पैसा (काळी संपत्ती नव्हे) जाहीर करा आणि फक्त त्यावरील कर (टॅक्स) भरा, असा आदेश मोदींनी दिला होता. या पैशाच्या उगमाची आणि गुंतवणुकीची कसलीही चौकशी होणार नाही, अशी ग्वाही होती. त्यातून सुमारे ६५,२५० कोटी रुपये पांढरे झाले होते (संदर्भ: http://qz.com/830774/rupee-notes-in-india-narendra-modi-just-banned-rs500-and-rs1000-notes-to-fight-corruption-and-terrorism/). 'काळा पैसेवाल्यांना मी सोडणार नाही', 'पन्नास दिवसांत अर्थव्यवस्था ताळ्यावर आणली नाही, तर मला फाशी द्या' अशी अतिरेकी व्यक्तिवादी वक्तव्ये मोदींनी केल्यामुळे ८ नोव्हेंबरला ५०० आणि १००० रुपयांच्या जुन्या नोटा रद्द ठरवल्याचे श्रेयदेखील सरकारला नव्हे, तर मोदींना मिळाले. कस्पटासमान बनलेल्या जुन्या नोटा बदलून मिळतील, त्यांचा भरणा बँकेत करता येईल, त्या नोटा हॉस्पिटल्स, पेट्रोल पंप आणि काही शासकीय खाती इथे देणी देण्यासाठी विशिष्ट मुदतीत वापरता येतील अशी रास्त सवलत ३१ डिसेंबरपर्यंत मोदींनी दिली आहे. गेल्या दहा-बारा दिवसांत या रास्त सवलतींचा काळी संपत्तीवाल्या मंडळींनी गैरफायदा घेतला नसेलच याची खातरी देणे सरकारलादेखील अवघड आहे. त्यापेक्षा जास्त महत्त्वाची गोष्ट म्हणजे एका वेळी किती नोटा बदलून मिळतील, बँकेतून काढता येतील याचे आकडे सतत बदलत आले आहेत. काळा पैसा दडविणे हे १००० रुपयांच्या नोटेऐवजी २००० रुपयांच्या नोटांच्या रूपात जास्त सोपे आहे. त्यामुळे रु.१००० च्या नोटा बाद करून त्याऐवजी रु.२००० च्या नव्या नोटा चलनात आणण्याच्या सरकारी भूमिकेचे समर्थन करणे तर अवघडच आहे.

नोटांच्या रद्दीकरणाला चलनाची सध्याची परिस्थिती मुळीच पूरक नव्हती. त्याची तीन प्रमुख कारणे अशी आहेत-

अर्थव्यवस्थेत २०१५-१६ या वर्षी एकूण १६.६३ लाख कोटी रुपयांचे चलन फिरत असल्याचा रिझर्व बँकेचा (संदर्भ:https://rbidocs.rbi.org.in/rdocs/Publications/PDFs/T-BLE446660EF6662734DCBBD79-93220184D14.PDF. currency in circulation = 16634.63 Billion Rs.) अंदाज आहे. या चलनापैकी ८५ ते ८६ टक्के म्हणजे सुमारे १४.३० लाख कोटी रुपये किमतीचे चलन हे रु.५०० आणि रु.१००० च्या नोटांच्या रूपांत आहे. उरलेले १५ टक्के चलन हे ५, १०, २०, ५० आणि १०० रुपयांच्या नोटांत आहे. पंतप्रधानांच्या निर्णयाच्या एका

फटकाऱ्याने एका रात्रीत एकूण चलनांपैकी ८५ टक्के मूल्य असणाऱ्या नोटा बाद ठरल्या. त्या सर्व एकत्र जमा करणे, साधारण त्याच मूल्यांच्या नव्या नोटा गुप्तपणे छापून या कारवाईआधीच तयार ठेवणे आणि त्या गावागावांतील अगणित लोकांपर्यंत मोदींनी म्हटल्याप्रमाणे दोन दिवसांच्या मुदतीत (१० फार तर ११ तारखेपर्यंत) विविध उपायांनी पोहोचवणे हे काम अशक्य कोटीतील होते. ते काम महा खर्चिकसुद्धा आहे. त्या प्रयोगातून नोटांच्या रूपांतील किती काळा पैसा बाहेर येईल, हे मात्र अनिश्चित आहे.

देशातील आर्थिक व्यवहार 'कॅशलेस' होऊन काळ्या पैशांच्या निर्मितीला मोठ्या प्रमाणात प्रतिबंध होईल, या दाव्यातील सत्यदेखील फार तकलादू आहे. सध्या भारतात सुमारे निम्म्या लोकसंख्येकडे बँक खातेच नाही. गॅस सबसिडीसाठी बँक खाते उघडलेल्या अनेकांना चेकबुक अथवा इंटरनेट बँकिंग अशक्य आहे. आधार कार्ड किंवा इतर कोणताही ओळखीचा ग्राह्य पुरावा सुमारे ३० कोटी लोकांकडे नाही. शिवाय, टपरीवरील व्यवहार, घरकाम करणाऱ्या स्त्रियांच्या पगारासारखे किंवा कोपऱ्यावरील किराणा दुकानातील खरेदी असे मध्यम स्वरूपाचे व्यवहार, झोपडीतील निवारा खरेदी करण्याचे थोडे मोठे आर्थिक व्यवहार ते अगदी मोठ्या उद्योगांचे काळे-पांढरे आर्थिक व्यवहार या भारतातील सर्व प्रकारच्या आर्थिक व्यवहारांपैकी ९० टक्के आर्थिक व्यवहार (यांतील बहुतेक व्यवहार कमी रकमेचे असतात) रोकड रकमेने होतात. हे सर्व व्यवहार बेकायदेशीर म्हणता येणारे नाहीत. ते म्हणजे देशातील निरक्षरता, गरिबी किंवा अविकसितता यांचे प्रतिबिंब आहे. अशा अविकसित किंवा विकसनशील देशातील आर्थिक व्यवहार 'कॅशलेस' होऊ शकणे फार दूरची गोष्ट आहे.

मोठ्या रकमेच्या नोटा बाद केल्यानंतर वरील प्रकारच्या बहुतांश रोकड रकमांचे व्यवहार करण्याचे काम मुख्यत्वे बाद न झालेल्या १५ टक्के नोटांवर आले. साहजिकच त्यांचीही टंचाई झाली. त्यापायी सामान्य लोकांचा त्रास वाढला. अनेकांचे छोटेछोटे व्यवसाय मंदावले (उदाहरणार्थ, रस्त्यावरील रिक्षा कमी दिसणे). रांगांत दीर्घ काल उभे राहिल्याने आलेल्या थकव्याने ३० ते ६० लोक दगावल्याच्या बातम्या आहेत. त्यामुळे नोटा रद्द करण्याच्या निर्णयाच्या शक्य परिणामांची दखल न घेता निर्णय राबवला असण्याची दाट शक्यता वाटते. त्यात नव्या नोटांच्या कागदाची जाडी, लांबी, रुंदी वेगळी असल्याने जागोजाग बसवलेली एटीएम मशीन्स दिनांक १९ नोव्हेंबरपर्यंततरी दिवसांतील बराच काळ बंदच होती. दुसऱ्या शब्दांत सरकारचे

काहीही नियोजन नसावे किंवा असलेले नियोजन पार बारगळलेले होते. जर फक्त जर १००० रुपयांच्या नोटाच रद्द केल्या असत्या, तर नोटांच्या टंचाईचा प्रश्न एवढा नाजूक बनला नसता आणि लोकांचा त्रासही कमी झाला असता. कारण रिझर्व बँकेने ९ तारखेच्या प्रेस कॉन्फरन्समध्ये सांगितल्याप्रमाणे या घटकेला देशात अंदाजे रु.५०० च्या १६५० कोटी नोटा (मूल्य ८.२५ लाख कोटी रुपये) तर रु.१००० च्या ६७० कोटी नोटा (मूल्य ६.७ लाख कोटी रुपये) आहेत (संदर्भ: Pieces of Paper: Demonetisation of Rs 500 and Rs 1000 Notes Explained. By 'The Wire'). परंतु मोदी सरकारने फक्त १००० रुपयांच्या नोटा तेवढ्या बाद केल्या असत्या, तर ५०० रुपयांच्या नोटांतील काळा पैसा पांढरा म्हणूनच राहिला असता. नाईलाजाने असेल, पण मोदींना ५० दिवसांची मुदत मागावी लागते आहे, तर देवेंद्र फडणविसांना ५० दिवस त्रास सोसून 'देशसेवा करा' असे सांगावे लागत आहे.

एवढी मोठी यंत्रणा विचार करायला हाती असल्याने या कारवाईच्या शक्य परिणामांचा अनेक अंगांनी विचार करता आला नाही, असे अजूनतरी सरकार म्हणत नाही. तरीही मोदी सरकारने नोटांचे रद्दीकरण का केले, असा प्रश्न कुणालाही पडेल. त्याचे उत्तर शोधायचा प्रयत्न करू या.

अण्णा हजारे-रामदेवबाबा यांनी २०१४ या वर्षाच्या सुमारे दोन वर्षे आधी भ्रष्टाचाराविरुद्ध रान उठवले होते. त्यातून काँग्रेस पक्ष तर पुरता बदनाम झाला. त्या परिस्थितीत २०१४ साली लोकसभेच्या निवडणुका झाल्या. या निवडणुकीतून मोदी सरकार सत्तेवर आले. त्या निवडणूक काळातील उमेदवारांचा वैयक्तिक खर्च आणि त्यांच्यासाठी पक्षांचा खर्च अशा एकत्रित प्रचारखर्चाची आकडेवारीदेखील 'द हिंदू सेंटर फॉर पॉलिटिक्स अँड पब्लिक पॉलिसीने' ३० एप्रिल २०१४ रोजी प्रसिद्ध केली होती. त्या अहवालाप्रमाणे लोकसभेच्या २०१४ या वर्षीच्या निवडणुकीत एकूण ३०,००० कोटी रुपये खर्च झाल्याचा अंदाज आहे. परंतु प्रचारखर्चाचा सर्व पक्षांनी मिळून दाखविलेला आकडामात्र ७ ते ८ हजार कोटी रुपयांच्या पुढे जात नाही. म्हणजे निवडणुकीत किमान २०,००० कोटी रुपये मूल्याचा काळा पैसा रिचवला गेला. या अहवालामुळे का होईना पण निवडणूक काळातील प्रचारखर्चाची तपासणी करणे, हा कुठल्याही राजकीय नेत्याला सुचू शकणारा मार्ग होता. मोदी सरकारनेमात्र स्वतःच्याही पायावर कुऱ्हाड मारून घेणारा हा मार्ग वापरला नाही आणि विरोधी पक्षांनीही त्याचा आग्रह धरला नाही. अण्णा हजारे आणि रामदेवबाबा यांच्या भ्रष्टाचारविरोधी आंदोलनाने गरिबांच्या गरिबीचे कारण आधीच्या सरकारचा भ्रष्टाचार

असल्याची जनतेची खातरी पटवलेली होती. सामान्य जनतेचा तेव्हा या प्रचारावर विश्वास बसला होता. 'काळा पैसा खणून काढायच्या वचनाची पूर्ती म्हणजे नोटा रद्दीकरणाची कारवाई' असा प्रचार काही राज्यांतील येऊ घातलेल्या निवडणुकांत करता येईल, नव्हे हे या कारवाईमागील एक महत्त्वाचे कारण नसेल, याची खातरी कोणी द्यायची?

मोठ्या मूल्यांच्या नोटा रद्द करून सगळा काळा पैसा म्हणजेच सगळी काळी संपत्ती बाहेर येईल, असे लोकांना वाटले. याचे साधे कारण म्हणजे गरिबांना काळा पैसा आणि काळी संपत्ती यांतील फरक तसेच काळा पैसा पांढरा करण्याचे मार्ग माहीत नाहीत. काही गरीब अशिक्षित लोकांना तर काळा पैसा म्हणजे काळ्या रंगाच्या नोटाच वाटतात. अशा मर्यादित यशाच्या भ्रष्टाचारविरोधी प्रयोगांतून शासनाची लोकप्रियता वाढते. एवढेच नव्हे तर देशात पुन्हा काळा पैसा तयार होणारदेखील नाही, अशी जनतेची काही काळापुरती खातरीदेखील पटते. त्या फायद्याच्या तुलनेत सामान्य जनतेच्या त्रासाची किंमत मोदी सरकारला कमी वाटली असेल. किंवा असेही असू शकेल की, या त्रासाला देशसेवेचा मुलामा देऊन गोरगरीब जनतेची समजूत काढता येईल, असा दांडगा आत्मविश्वास असावा. आपण त्या आत्मविश्वासाला कमी लेखू नये.

सरतेशेवटी नोटा रद्द करताना आर्थिक गुंतागुंतींच्या वादविवादात मोदी सरकारने कायद्याची पूर्तता न करणे, याचाही विचार टाळता येणार नाही. हा दुर्लक्षित राहिलेला मुद्दा सर्वोच्च न्यायालयातील नावाजलेल्या आणि अनुभवी ॲडव्होकेट आणि काही वर्षांपूर्वी ॲडिशनल सोलीसिटर जनरल ऑफ इंडिया हे महत्त्वाचे पद भूषवलेल्या इंदिरा जयसिंग यांनी एका लेखातून उपस्थित केला आहे (संदर्भ: "Demonetisation Strictly, the PM² didn't go by the law', http://www.nationalherald india.com/news/2016/11/18/demonetisationstrictly-the-pm-didnt-go-by-the-law). त्यांच्या म्हणण्याचा थोडक्यात मथितार्थ असा आहे की, केंद्र सरकारने ही कारवाई घटनेच्या २६ (२) कलमानुसार केली आहे. रु. ५०० आणि १०००च्या नोटा रद्दबातल करण्यासाठी हे कलम वापरणे गैरलागू आहे. हे कलम ५०० आणि १००० रुपयांच्या नोटा रद्द करताना का गैरलागू आहे, याचे स्पष्टीकरण देऊन त्या ३०० – हे घटनेचे कलम उद्धृत करून म्हणतात, 'तत्कालीन पंतप्रधान मोरारजीभाई देसाईंनी घटनेच्या या कलमाद्वारे भारतीय नागरिकांना मिळालेले हक्क काढून घेण्यासाठी राष्ट्रपतींचा अध्यादेश मिळवला आणि कायदेशीर अधिकार मिळविल्यानंतर तसा कायदा करून नंतर नोटा रद्द केल्या. मोदींनीमात्र हा कायदेशीर मार्ग वापरलेला नाही.

मोदी सरकारने या कारवाईसाठी आलेल्या खर्चाची आणि कारवाईतून मिळालेल्या कराची माहिती जनतेपुढे ठेवणे अगत्याचे आहे. तसे ते ठेवतील अशी आपण आशा करू या. जोडीला सामान्यांना त्रास होऊनदेखील काळ्या संपत्तीवरील फारसा कर सरकारी तिजोरीत जमा झाला नाही अथवा पुन्हा काळी संपत्ती जमा करणे सुरूच राहिले किंवा एक दोन वर्षांत जोमाने वाढले, तरीही मोदींची लोकप्रियता टिकणार नाही, अशी खातरी आपण निष्कारण बाळगू नये. कारण या मर्यादित भ्रष्टाचार निर्मुलनामुळेदेखील देशाची आर्थिक परिस्थिती सुधारणार आहे, असा विश्वास ते येत्या काही राज्यांतील निवडणुकांत जनतेला देऊ शकतात.

३. कॅशलेस होण्यामुळे करचोरी बंद होत नाही

रवीश कुमार, अनुवाद – टीम अक्षरनामा

अमेरिकेमध्ये दर वर्षी ३०-३२ लाख करोड रुपयांची करचोरी होते. जसा भारतात आयकर विभाग आहे, तशीच अमेरिकेमध्ये इंटरनल रेव्हेन्यू सर्व्हिस आहे. या वर्षीच्या एप्रिल महिन्यात त्यांचा एक अहवाल आला आहे. त्या अहवालानुसार २००८ ते २०१० यादरम्यान दर वर्षी सुमारे ४५८ अरब डॉलर इतकी करचोरी झाली आहे. या रकमेचा भारतीय रुपयांमध्ये हिशोब केला, तर अमेरिकेमध्ये ३० ते ३२ लाख करोड रुपयांची चोरी होते. हा आकडा महत्त्वाचा आहे, कारण भारतात नोटांच्या रद्दीकरणानंतर कॅशलेस अर्थव्यवहाराचा अशा प्रकारे प्रचार केला जातो आहे, जणू ती हिंगाची गोळी आहे, जी अर्थव्यवस्थेतल्या सगळ्या गैरप्रकारांना दूर करू शकते. भारतात करचोरी बंद होईल किंवा कमीत कमी होईल, असे सतत सांगितले जाते आहे; पण कॅशलेस व्यवहार अगदी सर्रास चालणाऱ्या अमेरिकेत ती कुठे कमी झाली आहे? कुठे बंद झाली आहे?

फ्रान्समध्ये दर वर्षी ४० ते ६० अरब युरोंची करचोरी होते. ६० अरब युरो म्हणजे चार लाख करोड रुपये. तिथल्या आयकर विभागाला ६० अरब युरोंच्या करचोरीपैकी १०-१२ अरब युरोच वसूल करणे शक्य होते. म्हणजे ३० ते ५० अरब युरोची करचोरी तिथेही होतेच. ब्रिटनमध्ये दर वर्षी १६ अरब युरोंची करचोरी होते. म्हणजे ११ हजार करोडची चोरी. या वर्षी जपानमध्ये १३.८ अरब येनची करचोरी झाली असल्याचे जपानच्या नॅशनल टॅक्स एजन्सीने या वर्षीच्या अहवालात म्हटले आहे. भारतीय रुपयात विचार केला, तर ही ८५० करोडची करचोरी आहे. १९७४ नंतर जपानमध्ये या वर्षी सर्वांत कमी टॅक्सचोरी झाली आहे.

संपूर्ण जनता इलेक्ट्रॉनिक पद्धतीने देव-घेव करत असल्याचे गृहीत धरले, तरी घडणाऱ्या सर्व व्यवहारांवर सरकारला देखरेख ठेवणे शक्य असल्याची हमी कुठला अर्थशास्त्रज्ञ देऊ शकेल? हे सरकारला शक्य आहे का? जर असे असेल, तर सरकारने सर्व बँक-खात्यांची चौकशी करायला हवी. आपल्या बँकातरी इलेक्ट्रॉनिक आहेत ना! आताही बँकांमध्ये एकाच माणसाने अनेक नावांनी खाती उघडलेली आहेत. बँक आपल्या ग्राहकांना ओळखपत्र मागते, तरीही बँकेमध्ये खाते उघडून काळा पैसा ठेवलाच जातो. मोठ्या शहरांमधले बडे दुकानदार किंवा उद्योजक यांच्यावर छापे मारून सरकार सर्वांना पकडत असल्याचा भ्रम लोकांमध्ये निर्माण केला जातो आहे. खासदार, आमदार यांच्याकडे काळा पैसा नाही, ही गोष्ट आपल्यापैकी कुणीही सहजपणे मान्य करेल का? सर्व पक्षांच्या खासदार-आमदारांच्या घरावर छापे पडल्याची बातमी तुम्ही ऐकली आहे?

जगात कुठेही करचोरीची आकडेवारी पाहिली, तर मोठ्या कंपन्या करचोरी करत असल्याचे अगदी सहजपणे लक्षात येईल. तुम्ही त्यांना चोर म्हणलात, तर त्या तुमच्यापुढे अनेक प्रकारचे तांत्रिक हिशोब ठेवतात. पण एखादा शेतकरी दोन लाखांचे कर्ज फेडू शकला नाही, तरी त्याच्याकडे असे हिशोब नसतात. चोर ठरवले जाण्याच्या भीतीने त्याला विहिरीत जीव द्यावा लागतो किंवा जमीन गहाण ठेवावी लागते. त्यांच्यासाठी एखादे ट्राइब्यूनल असल्याचे तुम्ही कधी ऐकले आहे का? आंतरराष्ट्रीय कॉर्पोरेट करव्यवस्था निकामी झाली असल्याचे Independent Commission for the Reform of International Corporate Taxation (ICRIT)ने स्वतःच्या २०१५च्या अहवालात म्हटले आहे.

आता तुम्हीच सांगा, आम्ही ज्यांच्यासारखे होऊ इच्छितो, त्यांनाच निकामी आणि रद्दी म्हटले जाते आहे. इंटरनेटवर शोध घेताना ब्रिटनचे वर्तमानपत्र गार्डियनमध्ये या अहवालाचा उल्लेख मिळाला. इतके निष्कर्ष आणि अहवाल आहेत की, तुम्हाला प्रत्येकाकडे संशयानेच पाहावे लागते. या अहवालाच्या म्हणण्यानुसार बहुराष्ट्रीय कंपन्या इतक्या मोठ्या प्रमाणात करचोरी करतात की, त्याचा भार सरतेशेवटी सामान्य करदात्यांवर पडतो. कारण सरकार या कंपन्यांचे काहीच वाकडे करू शकत नाही; फक्त एक-दोन छापे मारून स्वतःचे गुणगान करून घेते. या बहुराष्ट्रीय कंपन्यांच्या करचोरीमुळे सरकारे गरिबी दूर करण्याच्या कार्यक्रमांवरच्या किंवा कल्याणकारी कार्यक्रमांवरच्या खर्चात कपात करतात.

याचा अर्थ एका देशातला श्रीमंत माणूस दुसऱ्या देशात जाऊन स्वतःचा पैसा

ठेवू शकतो, अशी जगभरची करव्यवस्था आहे. या धनिकाचे कोणी काही वाकडे करू शकत नाही. भारतातली मोठी मंडळी बनावट कंपन्या आणि शेअरच्या माध्यमातून स्वतःचा पैसा परदेशात कशा प्रकारे ठेवून आहेत, याच्या बातम्या 'इंडियन एक्सप्रेस' या इंग्रजी वर्तमानपत्राने याच वर्षी सातत्याने काही आठवडे छापल्या होत्या. सरकार तपास-बिपासाची घोषणा करते, पण शेवटचा निष्कर्ष निघेपर्यंत सारे काही विस्मरणात गेलेले असेल, अशा प्रकारे काम करते. नोटा रद्दीकरणाबाबत अनेक घोषणा केल्या जात आहेत. जसे की-काळा पैसा जाईल. करचोरी बंद होईल. भारत राष्ट्रीय-आंतरराष्ट्रीय कंपन्यांची करचोरी बंद होईल? या विश्वासाला काय आधार आहे? अमेरिकेत ३० लाख करोड रुपयांची करचोरी गरीब आणि सामान्य माणूस करतो? तिथेही मोठ्या कंपन्याच करचोरी करतात; जाणूनबुजून करतात, जेणेकरून करन्यायालयात बराच काळ खटला चालावा आणि नंतर न्यायालयाबाहेर काही देव-घेव करून प्रकरण मिटवले जावे.

अमेरिकेत ७० टक्के लोकांकडे डेबिट किंवा क्रेडिट कार्ड आहे, पण अमेरिकेसारख्या अतिविकसित देशात ३० टक्के लोकांकडे कार्ड का नाही? कारण उघड आहे - ते निर्धन असणार. त्यांच्याकडे बँकेत ठेवण्याएवढे पैसे नसणार. बँकही सर्वांची खाती उघडत नाही. अमेरिकाच काय, पण भारतातही कंपन्या गरिबांना क्रेडिट कार्ड देत नाहीत. अमेरिकेतही रोजंदारीवर काम करणारे कामगार आहेत. भारतात काही लोक क्रेडिट कार्डला राष्ट्रवादात लपेटून धमकीवजा भाषेत सांगत आहेत की, हा आर्थिक गैरव्यवहारातून मुक्ती मिळवण्याचा श्रेष्ठ मार्ग आहे. 'गार्डियन' या वर्तमानपत्रातला कॅशलेस अर्थव्यवस्थेविषयी आर्थिक पत्रकार Dominic Frisby यांनी लिहिलेला लेख वाचला. त्यात कॅशलेसचा नारा हा। खरे तर गरिबांच्या विरुद्धचा युद्धाचा नारा असल्याचे त्यांनी म्हटले आहे. त्यांच्या मते कॅशलेस अर्थव्यवस्थेची अशा प्रकारे तरफदारी केली जाते आहे, जणू काही रोखीने व्यवहार करणारे लोक गुन्हेगार आहेत, आतंकवादी आहेत, करचोर आहेत.

नोटांच्या रद्दीकरणाने आम्हाला आर्थिक समज वाढवण्याची सुवर्णसंधी दिली आहे. घोषणांना ज्ञान समजण्याची गल्लत करू नये. कुठलीही गोष्ट अंतिमतः स्वीकारण्यापूर्वी तिच्याविषयी सर्व प्रकारची माहिती मिळवा, वेगवेगळे प्रश्न उपस्थित करा. निर्णय योग्य आहे की नाही या चक्रात कशाला पडता आहात? त्याच्या चांगल्या-वाईट परिणामांचा विचार केला पाहिजे आणि त्या निमित्ताने स्वतःची समज वाढवली पाहिजे. राजकीय मोर्चांमध्ये माणसे कशा प्रकारे आणली जातात, हे आपण

सर्व जण जाणून आहोत. उघड आहे, नेते त्यांना हजार–पाचशेचा चेक देऊन तर आणणार नाहीत! नेतेच सांगतात, त्यांच्या मोर्चात पैसे देऊन लोकांना आणले गेले होते. आता अशा मोर्चात कोणी काळा पैसा संपवण्याची घोषणा करत असेल, तर पैसे देऊन आणलेली गर्दी टाळ्या तर वाजवणारच. पण जे सत्य ती जाणून आहे, त्याकडे डोळेझाक कशी करू शकेल? एक गोष्ट होऊ शकते की, ज्या मोर्चात काळा पैसा संपवण्याची घोषणा केली जाईल, त्यात हेही सांगितले जावे, की इथे असलेली गर्दी पैसे देऊन आणलेली नाही, या मोर्चाच्या आयोजनात इतका पैसा खर्च झाला आहे, खुर्चीपासून माईकपर्यंत इतके भाडे दिले गेले, या लोकांनी मोर्चासाठी पैसे दिले.

नोटा रद्दीकरणाच्या दाव्यांपेक्षा आपण प्रश्नांकडे पाहणे अधिक श्रेयस्कर आहे. प्रत्येक प्रश्न आपली आर्थिक समज वाढवेल. अर्थव्यवस्थेतल्या छोट्याछोट्या प्रश्नांना आत्मविश्वासाने सामोरे जाऊ शकण्याला आम्ही पत्रकार तेवढे लायक नाही. मी कुठलेही अंतिम विधान केलेले नाही. तुम्हीही अंतिम गोष्ट जाणून घेण्याचा मोह आवरता घ्या आणि नव्या गोष्टी जाणून घ्या.

४. डोंगर पोखरून उंदीर काढणार?

विनोद शिरसाठ

A similar move was contemplated by the previous Congress-led United Progressive -alliance government. However, the idea was dropped as "the economic gains were not too great." Introduction of the new series of notes is estimated to come at a cost of Rs. 15,000 to 20,000 crore, and that "the economic gains of demonetization should be at least equal to that amount."

- P. Chidambaram (The Hindu, 16 Nov. 2016)

९ नोव्हेंबरच्या दुपारी अमेरिकी राष्ट्राध्यक्षपदाच्या निवडणुकीचे निकाल जाहीर होणार होते. सुशिक्षित भारतीयांचे लक्ष तिकडे लागले होते. ही संधी साधून ८ नोव्हेंबरच्या रात्री भारताच्या पंतप्रधानांनी राष्ट्राला उद्देशून भाषण केले. त्या ३५ मिनिटांच्या भाषणात त्यांनी विद्यमान केंद्र सरकार 'दहशतवाद आणि काळा पैसा' या दोन शत्रूंशी मागील अडीच वर्षांपासून कशा प्रकारे लढा देत आहे, हे थोडक्यात सांगितले. काहीच दिवस आधी पाकिस्तानच्या हद्दीत घुसून तेथील दहशतवाद्यांचे तळ भारतीय सैनिकांनी उद्ध्वस्त केले. ते सर्जिकल स्ट्राइक (लक्ष्यभेद) एक्स्टर्नल असल्याचा उल्लेख पंतप्रधानांनी केला. त्याचप्रमाणे आता इंटर्नल सर्जिकल स्ट्राईक करण्याचा निर्णय घेतला असून, त्यातून देशातील काळा पैसा नष्ट होणार आहे असल्याचा त्यांनी दावा केला. तेव्हा काळ्या पैशाविरोधात उचलत असलेल्या पावलांना सर्जिकल स्ट्राइक (इंटर्नल) असे संबोधणे योग्य नाही, असे इतर अनेकांप्रमाणे आम्हालाही (प्रथमदर्शनी) वाटले होते; परंतु त्या भाषणाला दोन आठवडे उलटल्यानंतर असे लक्षात येते आहे की, तो शब्दप्रयोग बरोबर होता. एका रात्री पाकिस्तानच्या हद्दीत

भारतीय सैनिक पाठवून केलेल्या कारवाईत जे काही तळ उद्ध्वस्त करता आले आणि दहशतवादी मारता आले, त्याचे महत्त्व एकूणच दहशतवादाची समस्या व भारत-पाकिस्तान प्रश्न यांच्या संदर्भात नगण्य आहे. तसाच प्रकार इंटर्नल सर्जिकल स्ट्राईकबाबतही घडण्याची शक्यता जास्त आहे. म्हणजे रुपये ५०० आणि रुपये १००० या रकमेच्या सध्याच्या नोटा चलनातून बाद करण्याच्या निर्णयातून भ्रष्टाचार व काळा पैसा आटोक्यात येण्याचे प्रमाणही 'नगण्य' या प्रकारातलेच असणार आहे.

वस्तुत: पंतप्रधानांनी ५०० व १००० रुपयांच्या नोटा चलनातून बाद करण्याचा निर्णय जाहीर केला, त्याच्या दुसऱ्या-तिसऱ्या दिवशी त्या निर्णयाचे सर्व स्तरांवर स्वागतच केले गेले होते. 'त्या निर्णयातून दीर्घकालीन दृष्टीने भरीव असे काही घडणार नाही', हे चांगले कळत असणाऱ्यांनीही त्या निर्णयाचे स्वागत केले होते. याचे कारण, देशाच्या चलनव्यवहारात एकूण १७ लाख कोटी रुपये आहेत आणि त्यातील १४ लाख कोटी रुपये रक्कम ५०० आणि १००० रुपयांच्या नोटांच्या रूपात आहे. म्हणजे एकूण रकमेतील ८६ टक्के रक्कम ५०० व १००० या नोटांमध्ये आहे. याचाच अर्थ असा होतो की, ५०० व १००० या प्रकारातील सध्याच्या सर्व नोटा रद्द करून त्या जागेवर १०० रुपयापर्यंतच्या सध्याच्या आणखी काही नोटा व ५०० आणि २००० रुपयांच्या नवीन नोटा येतील. त्यामुळे ५०० व १००० रुपयांच्या नोटांच्या रूपात काळा पैसा दडवून ठेवणाऱ्यांना त्या सर्व नोटा बँकेत जमा न करता येण्याची शक्यता निर्माण झाली. परिणामी, १४ लाख कोटींपैकी १० ते १३ लाख कोटी रुपयांच्या नोटा सरकारजमा होतील, आणि एक ते चार लाख कोटी रुपयांच्या जमा न होणाऱ्या नोटा म्हणजे सरकारने बाहेर काढलेला काळा पैसा! सरकारला ती रक्कम चार लाख कोटी रुपये इतकी अपेक्षित होती आणि भारतीय चलन व्यवहारात २२ टक्के रक्कम तशी आहे, असा आर्थिक घडामोडींवरील तज्ज्ञांचा अंदाज आहे. म्हणजे तीन लाख कोटी रुपयेतरी ५०० व १००० रुपयांच्या नोटांमध्ये दडलेले आहेत. त्यातील लाख-दोन लाख कोटी जरी सरकारजमा झाले (म्हणजे तेवढ्या रकमेच्या नोटा बदलून घेण्यासाठी आल्याच नाहीत), तरी खूप काही साध्य झाले, असा त्या निर्णयाचे सर्वसाधारण स्वागत करणारांचा गोड समज होता.

परंतु पंतप्रधानांचे भाषण झाल्यावर तिसऱ्या दिवशीपासून चित्र भलतेच गडबडीचे दिसू लागले. देशभरात दोन लाख एटीएम मशीन्स आहेत. त्यात ५०० व २००० रुपयांच्या नव्या नोटा बसवण्यासाठी योग्य ते बदल केले गेलेच नव्हते. रद्द केलेल्या १४ लाख कोटी रुपयांच्या नोटांची जागा घेणाऱ्या नव्या (५०० व २००० रुपयांच्या)

आणि १०० व त्यापेक्षा कमी रुपयांच्या नोटांची उपलब्धता अगदीच तुटपुंजी आहे; भारतातील टांकसाळींची क्षमता पाहता, बदली करण्यासाठीच्या नोटा छापून पूर्ण होण्यास सहा-सात महिन्यांचा कालावधी लागणार आहे. एटीएम किंवा क्रेडिट कार्डचा वापर करणाऱ्यांची संख्या जेमतेम दोन कोटी आहे. म्हणजे घरटी एक कार्ड गृहीत धरले, तरी त्याचा वापर करणारी लोकसंख्या दहा कोटींपेक्षा जास्त नाही. म्हणजे उरलेल्या शंभर कोटी लोकांचे बहुतांश व्यवहार नोटांशिवाय होऊ शकत नाहीत. शिवाय, एटीएम/क्रेडिट कार्ड असणाऱ्यांना त्याचा उपयोग सर्वत्र व लहान/किरकोळ खरेदी करण्यासाठी होऊ शकत नाही. या सर्वांचा एकत्रित परिणाम, बँकांच्या बाहेर व एटीएमसमोर रांगा वाढत गेल्या. रात्री उशिरापर्यंत आणि पहाटे लवकरपासून लोक रांगांमध्ये उभे राहू लागले. नोटा बँकेत/एटीम मशीनमध्ये येण्याची वाट पाहणे आणि आलेल्या नोटा सुरुवातीच्या काही लोकांमध्येच संपल्यामुळे रांगेतील उर्वरितांना हात हलवत परत जावे लागणे, असे प्रकार सर्रास दिसू लागले. वृद्धांची, महिलांची, विद्यार्थ्यांची, कामगार-मजुरांची यात अधिक फरफट होऊ लागली. जेमतेम साक्षर, पूर्णत: निरक्षर असलेल्यांची काळजी/चिंता बऱ्याच वेगवेगळ्या प्रकारची असल्याचे बऱ्याच तीव्रतेने पुढे आले. आणि मग 'रांगेत उभे राहण्यातून देशभक्ती सिद्ध करता येते', असा सुरुवातीचा आवेश हळूहळू ओसरत गेला. रांगेत दीर्घ काळ उभे राहावे लागल्याने/प्रतीक्षा करावी लागल्याने, शारीरिक व मानसिक ताण वाढल्यामुळे देशभरात विविध ठिकाणी मिळून ५०पेक्षा अधिक माणसे दगावली; आणि मग त्या माणसांना 'शहीद' संबोधले जावे, इथपर्यंत ती चर्चा आली.

म्हणजे निर्णय मोठा घेतला, पण त्याच्या अंमलबजावणीसाठीची तयारीच तकलादू असल्याने, किंबहुना तशी तयारी आवश्यक असल्याचे पुरेसे भानच सरकारकडे नसल्याने भारतातील एकूण लहान-मोठ्या व्यवहाराची, आदानप्रदानाची, खरेदी-विक्रीची गती खूपच मंदावली. बरीच क्रयशक्ती मारली गेली. मुख्य म्हणजे, अनेकांच्या वाट्याला निराशा व हतबलता आली. आपले स्वातंत्र्य गहाण पडल्याची, अस्मितेवर हल्ला झाल्याची भावनाही अनेकांच्या मनात बळावली. राज्यसंस्था लहरीपणे वागू लागल्यावर काय होऊ शकते, याची झलक अनुभवायला मिळाली.

दोन प्रकारच्या नोटा रद्द करून नवीन नोटा चलनात आणण्याच्या निर्णयामुळे लाख-दीड लाख कोटी रुपयांचातरी फायदा होईल, काळा पैसा हाताळणाऱ्यांना काही काळ व काही अंशीतरी वचक बसेल, आणि एकूणच समाजमनात अर्थसाक्षरता वाढीस लागेल असा सुरुवातीचा अंदाज होता, पण नंतरच्या सरकारी अव्यवस्थेमुळे

आणि बरीच क्रयशक्ती मारली गेल्यामुळे झालेले नुकसान बरेच जास्त आहे. त्यामुळे भारताच्या अर्थव्यवस्थेला काय इष्ट-अनिष्ट वळण लागणार आहे, हे येत्या काही महिन्यांत दिसू लागेल.

या सर्व प्रक्रियेच्या संदर्भात भारतात सर्वाधिक वास्तववादी लेखन-भाषण-मुलाखती पी.चिदंबरम् यांच्या आहेत. उदारीकरणाच्या गेल्या पाव शतकात पी.व्ही.नरसिंहराव आणि डॉ.मनमोहन सिंग यांच्यानंतरची तिसरी महत्त्वाची व्यक्ती म्हणून चिदंबरम यांचेच नाव घ्यावे लागते. कारण १९९१ नंतर चार वर्षे व्यापारमंत्री, १९९६-९७ मध्ये देवेगौडा व गुजराल यांच्या मंत्रिमंडळात अर्थमंत्री आणि २००४ नंतर मनमोहनसिंग यांच्या मंत्रिमंडळात सात-आठ वर्षे अर्थमंत्री अशी त्यांची कारकीर्द राहिली आहे. त्यांनी 'आताच्या या 'नोटा'बदलीच्या निर्णयातून हाती फार काही का लागणार नाही', याचे जे साधार विवेचन केले आहे, त्याचा भावार्थ 'डोंगर पोखरून उंदीर काढणार' असाच आहे. इ.स. २००३-२००४ मध्ये चिदंबरम 'इंडियन एक्स्प्रेस'मध्ये 'अलिप्त दृष्टिकोनातून' लिहीत होते. त्यांचे ते लेखन उदारीकरणपर्वाच्या संदर्भातील सर्वाधिक वास्तववादी विवेचन आहे. आताही ते 'इंडियन एक्स्प्रेस'मध्ये लिहिताहेत, पण आताचा त्यांचा दृष्टिकोन 'समोरच्या बाकावरून' असा आहे. त्यामुळे संशयाला वाव आहे, असे आपण म्हणू आणि इतर सर्व प्रकारच्या देशभक्तांसोबत आपणही अशी आशा करू की, चिदंबरम यांचे भाकीत खरे न ठरो!

(साप्ताहिक साधनाच्या ३ डिसेंबर २०१६च्या अंकातील संपादकीय)
लेखक साधना साप्ताहिकाचे संपादक आहेत.

५. भारत करा 'कॅशलेस'!

महेश सरलष्कर

पंतप्रधान नरेंद्र मोदी यांनी नोटा रद्दीकरण करून काय साधले हे नेमके कळायला वेळ लागेल. त्यांचे दावे-प्रतिदावे हा भाग अलाहिदा. पण, खरोखरंच हातात काय लागेल आणि त्याची तीव्रता काय असेल याचा अंदाज अजूनही आलेला नाही. पन्नास दिवसांनंतर मोदी आणखी कायकाय करतात, त्यावर नोटांच्या रद्दीकरणाचा पुढचा टप्पा कसा असेल, इतकेच काय ते म्हणता येईल.

साधारणतः तीन बाबींसाठी नोटा रद्दीकरण झाले असे गेल्या दोन आठवड्यातील विविध स्वरूपाच्या चर्चांमधून समजू शकते. देशातला काळा पैसा जो पोत्यापोत्याने भरलेला आहे, धनदांडगे मुजोर झाले आहेत, त्यांच्याकडून तो काढून घेणे. काळ्या पैशाची निर्मिती यापुढे होऊ न देणे. बनावट नोटा बनवणारे रॅकेट जे देशाला घातक आहे ते मोडून काढणे. संपूर्ण देशाला कॅशलेस व्यवहारांकडे नेणे आणि देश पूर्णतः रोकडारहित देवाणघेवाणीवर नेणे.

मोदींच्या नोटा रद्दीकरणातून काळ्या पैशांचा अस्त होणार असे देशबांधव मानतात. तसे किती होते हे कदाचित कळू शकेलही. अर्थात देशात काळा पैसा नेमका किती कोणालाच माहिती नाही. त्यामुळे काळ्या पैशाच्या निचऱ्याबाबत मोदी जे सांगतील ते मान्य करावे लागेल! काळा पैसा भविष्यात निर्माण होणार नाही याची खातरी कोणीच देऊ शकत नाही. तरीही त्याचे काय होतेय हे पाहावे लागेल.

आता मुद्दा बनावट नोटांचा. कदाचित त्याला काही काळासाठी अटकाव होईल. नव्याने बनावट नोटा पाकिस्तानच्या अधिकृत नोटा छापखान्यात तयार झाल्या,

तर केंद्र सरकारला पुन्हाकाही तरी उपाय करावे लागतील. त्यामुळे या मुद्द्यावरही नेमका काही निष्कर्ष काढता येईल असे दिसत नाही.

शिल्लक राहिला तो मुद्दा कॅशलेसचा. हा मुद्दा गांभीर्याने घेण्याजोगा आहे.

पंतप्रधान मोदींनी देशाला कॅशलेस बनवण्याचा घाट घातलेला आहे असे दिसतेय. त्यावर विविधांगी नेमकेपणाने विचार करता येऊ शकेल. कॅशलेस व्यवहार म्हणजे रोख रक्कम प्रत्यक्ष न देता होणारी आर्थिक देवाणघेवाण. एक कप चहा घेण्यासाठी चहावाल्याला पाच रुपये रोख द्यावे लागतात. हे रोखीचे व्यवहार न करताही चहा आपल्याला विकत घेता आला पाहिजे. म्हणजे पाच, दहा, वीस, शंभर, पाचशे, हजार आणि आता दोन हजार रुपयांची नोट हातात न घेता तुम्हाला जे बाजारातून हवे ते खरेदी करता आले पाहिजे. रोकडाविरहित व्यवहार. असे कॅशलेस व्यवहार जगभर होतात तसे ते भारतातही होतात. पण, भारतात त्याचे प्रमाण लोकसंख्येच्या तुलनेत अत्यल्प आहे. हे कॅशलेस व्यवहार देशभर झाले पाहिजे आणि संपूर्ण देश रोकडाविरहित व्यवहारांमध्ये विलीन झाला पाहिजे असा मोदींचा कटाक्ष आहे.

देशातील बँकांनी डेबिट कार्ड, क्रेडिट कार्ड दिली आहेत. नेटबँकिंगची सुविधा दिली आहे. त्याद्वारे कुठलीही बिले तुम्हाला भरता येतात. एका खात्याचे पैसे दुसऱ्याच्या खात्यात जमा करता येतात. त्यासाठी बँकांनी ऑनलाइन सोय करून दिली आहे. म्हणजे डिजिटल माध्यमांद्वारे पैशांची देवाणघेवाण करता येऊ लागली आहे. कार्डांच्या माध्यमातून प्लास्टिक मनीची हाताळणी सोपी झाली आहे. आता मोबाइल बँकिंग सुरू झाले आहे. ॲप डाऊनलोड करून पैसे एका खात्यातून दुसऱ्या खात्यात वळते करा. रोख रक्कम खिशात ठेवण्याची गरज नाही.

शहरांत लोकांना कॅशलेसचे महत्त्व पटू लागलेले दिसतेय. नोटा रद्दीकरणानंतर लोकांकडे रोकड अचानक कमी झाली. एटीएममधून दोन-तीन तास रांगेत उभे राहून काढलेले दोन हजार रुपये लागलीच खर्च करायचे म्हणजे लोकांच्या जिवावर आलेले आहे. गरज असेल तरच ते नोटा खर्च करतात. भाजीवाल्यांनी अजून पेटीएम सुरू केलेले नसल्यानं भाजी वगैरे किरकोळ खरेदीसाठी रोख द्यावीच लागते. पण मॉलमध्ये, कपडे वा अन्य साहित्य खरेदी दुकानात, पेट्रोल भरताना, अगदी किराणा दुकानातही आता कार्ड पेमेंट वा पेटीएमसारखी मोबाइल पेमेंटची सोय सुरू झाली आहे. शहरातील मध्यमवर्ग आता कॅशलेसकडे अधिक वळू लागला आहे. आणि त्यांना काळ्या पैशाचा नायनाट होईल असे प्रामाणिकपणे वाटते.

समजा ही कॅशलेस आर्थिक देवाणघेवाण सोपी झाली असेल, तर मग भारत देश नजिकच्या काळात कॅशलेस होईल का? त्याचे निदान आत्तातरी उत्तर नाही असेच येते. पण, होणारंच नाही असे नाही. त्यासाठी भारत हा विकसित देश बनला पाहिजे. ते कधी होणार हा प्रश्न महत्त्वाचा आहे. अजूनही ५० टक्के लोकसंख्या शेतीवर अवलंबून आहे. शेतीवरचा भार कमी होऊन तो औद्योगिकीकरणाने भरून काढावा लागेल. ही सगळी विकासाची प्रक्रिया व्हायला दिल्ली अजून खूप दूर आहे असे म्हणावे लागेल. पण, पुढील दहा वर्षांत खूप मोठी भरभराट होईल अशी आशा करण्यात गैर काहीही नाही.

भारत विकसित झाला पाहिजे म्हणजे देशाचे दरडोई उत्पन्न मोठ्या प्रमाणावर वाढले पाहिजे. देशातील बहुतांश लोकांच्या हातात खर्च करण्याजोग्या पैशांचे प्रमाण वाढले पाहिजे. भारत हा अजून मध्यम उत्पन्न गटातील देशही झालेला नाही. चीनचे दरडोई उत्पन्न दहा हजार डॉलरच्या घरात आहे, त्या तुलनेत भारत दोन ते पाच हजार डॉलरच्या घरातच आहे. ही तुलना केली, तर भारतात खऱ्या अर्थाने मध्यमवर्गही तयार झालेला नाही. चीनचे दरडोई उत्पन्न भारतापेक्षा कितीतरी जास्त आहे तरीही चीन कॅशलेस झालेला नाही. जे कॅशलेस झाले आहेत, ते स्वीडनसारख्या देशातील दरडोई उत्पन्न तर पन्नास हजार डॉलरपेक्षाही जास्त आहे. याचा अर्थ असा की, लोकांचे उत्पन्न वाढले की ते अधिकाधिक रोख पैसे हातात ठेवण्याचे प्रमाण कमी होत जाते. पैसा हाताळणीसाठी बँकेसारख्या वित्तीय संस्थांची लोक मदत घेतात.

साधे उदाहरण घ्यायचे, तर समजा तुमच्याकडे खूप पैसे आहेत. तुम्ही ते खर्च करून मोठी खरेदी करू शकता. तुम्हाला कार खरेदी करायची आहे तर तुम्हाला पाच लाख रुपये रोख देण्याऐवजी बँकेतून परस्पर वळते झाले तर अधिक सोयीचे आहे. तुम्ही पैसा हातात ठेवण्याऐवजी बँकेचा वापर कराल. आणि समजा तुमच्याकडे फारसे पैसे नसतील. तुम्ही महिन्याला पाच हजार रुपयेच कमवत असाल, तर ते सगळेच पैसे तुम्ही हातात ठेवाल. ते महिन्याच्या पूर्वार्धातच खर्च होतील. मग तुम्ही विचार कराल कशाला बँक हवी? बँक हवी कशाला मिळतातच कुठे पैसे बँकेत ठेवण्याजोगे असे म्हणणारी आणि तसे वास्तव जगणारी कुटुंबे भारतात कोट्यवधी आहेत. त्यामुळे आपल्याला स्वीडन व्हायचे असेल, तर त्यांच्यासारखे दरडोई उत्पन्न वाढवायला हवे. मग भारतातही लोक बँकेद्वारेच व्यवहार करतील.

भारत कॅशलेस होण्यासाठी बँक हा महत्त्वाचा दुवा आहे. सगळे आर्थिक व्यवहार बँकेमार्फतच व्हावे लागतात. पण, भारतात अजूनही ५० टक्के लोकांची

बँकेत खाती नाहीत. देशातील प्रत्येकाचे बँकेत खाते असलेच पाहिजे असा आग्रह मोदींनी धरलेला आहे. त्यासाठी त्यांनी जनधन ही शून्य रकमेची खाती काढण्याची महत्त्वाकांक्षी योजना आखली. त्याअंतर्गत कोट्यवधी खाती उघडली गेली पण, त्याचा प्रत्यक्ष वापर किती झाला हे कोणालाच माहीत नाही. नियमितपणे ही खाती वापरली जातात का? लोकांना बँकेत पैसे ठेवण्याची सवय लागली का? बँकेत ठेवण्याजोगे पैसे खरोखरच लोक कमवत आहेत का? या सगळ्याची उत्तरे फारशी सकारात्मक देता येतील असे वाटत नाही. अन्यथा नोटा रद्दीकरणानंतर जनधन खात्यात अचानक प्रचंड पैसा आला नसता. काळ्या पैशांसाठी या खात्यांचा वापर करण्यात आला. तसे नसते, तर दरमहा या खात्यांमध्ये नियमित व्यवहार झालेले दिसले असते. तसे पाहण्यात आलेले नाही. हे पाहता बँक हा अजूनही लोकांच्या जीवनाचा अविभाज्य भाग झालेला नाही हे स्पष्ट आहे. तो हळूहळू बनेल, मग कॅशलेसचा आग्रह धरता येईल. म्हणजेच त्यासाठी भारताला बराच काळ लागेल आणि विकासाचा बराच मोठा टप्पाही गाठावा लागेल. पुढील दहा वर्षांत आपण कुठंवर पल्ला गाठतो हे दिसेलच.

भारतात जेवढे आर्थिक व्यवहार होतात, उत्पादन आणि उत्पन्न होते, जेवढी पैशांची देवाण घेवाण होते, रोजगार आणि पगार मिळतो, त्यात असंघटित क्षेत्राचा वाटा निम्म्याहून जास्त आहे. म्हणजे या क्षेत्रात संघटित क्षेत्रातील शाश्वत रोजगाराची, पगाराची, अन्य सुरक्षाकवचाची हमी नसतेच. संघटित क्षेत्रातील कामगाराला दरमहा पगार बँकेत जमा होतो. त्याला विमा वगैरेच संरक्षण मिळते. हक्काची रजा मिळते. हा किमान स्तरावरील जगण्यासाठीचा आधार असंघटित क्षेत्रात मिळत नाही. उदा. घरकाम करणाऱ्या महिला, बांधकाम मजूर, फेरीवाले, टपरीवाले, वडापाववाले यांच्यापासून छोटे कंत्राटदार, साहित्य पुरवठादार अगदी शेतकरी, शेतमजुरांपर्यंत. असा हा असंघटित क्षेत्राचा मोठा परीघ आहे आणि त्यातील लोकांचे उत्पन्न इतके नाही की ते सगळे व्यवहार बँकेद्वारे करतील. त्यांना मिळणारे मासिक उत्पन्न रोजचा खर्च भागवण्यातच खर्च होते. त्यामुळे त्यांचे व्यवहारही त्याच मर्यादेत असतात आणि म्हणून ते अधिकाधिक रोख स्वरूपाचे असतात. सोसायटीत येणाऱ्या इस्त्रीवाल्याचे उत्पन्न किती असणार? त्याचे बँकेत खाते असेलही पण, त्याचे व्यवहार इतक्या कमी रकमेचे असतात की, प्रत्येक वेळी त्याला बँकेत जाण्याची गरज भासत नाही की तो चेकने व्यवहार करेल. त्याला मिळणारे उत्पन्नही कोणी चेकने देत नाही वा दरमहा इस्त्री केलेल्या कपड्याचे पैसे त्याच्या बँकेत थेट जमा करत नाही. भारतात अशा

हातावर पोट असणाऱ्या लोकांचे प्रमाण किमान तीस टक्के असेल. त्यांचे व्यवहार कॅशलेस कसे होणार? नोटा रद्दीकरणानंतर काही चहावाल्यांनी मोबाइलद्वारे पैसे घेण्याची सोय अंगिकारली आहे. पेटीएम या मोबाइल वॉलेट ॲपद्वारे हे व्यवहार होऊ लागले असले, तरी अनेक व्यवहार फक्त रोखच होतात. लग्नासाठी गावागावात छोटी कंत्राटे घेतली जातात ती रोखीनेच होतात. चेकने व्यवहार होत नाहीत. चेक बाऊंस झाला तर, हा प्रश्न कोणीही विचारेल. त्यामुळे भारत कॅशलेस होण्यात असंघटित क्षेत्रातील व्यावहारिक अडचणीही खूप आहेत. पण, त्यावर मात कशी करायची हे आता कोण कोण ठरवतील!

असे दिसतेय की, भारत कॅशलेस होण्यासाठी लोक बँकांपर्यंत वा बँका लोकांपर्यंत पोचल्या पाहिजेत. लोकांनी बँकेत पैसे ठेवले पाहिजेत. त्यासाठी त्यांनी पैसे कमवले पाहिजेत. त्यांनी नेटबँकिंगचा वापर केला पाहिजे. त्यासाठी त्यांच्याकडे कम्प्युटरची आणि इंटरनेटची सोय पाहिजे. हे अगदी गावागावात, पाड्यापाड्यात वस्त्यावस्त्या झाले पाहिजे. तिथे विजेची चोवीस तास सोय हवी. इंटरनेटच्या माध्यमातून पैशांची देवघेव कशी करायची हे गावागावात लोकांना समजून सांगितले पाहिजे. त्यासाठी तांत्रिक साक्षरता आणि अर्थसाक्षरता हवी. देशात प्रत्येकाकडे स्मार्टफोनही हवा कारण त्याद्वारे मोबाइल बँकिंग करता येईल. मोबाइलवर ॲप लाऊनलोड करून पैसे कसे हस्तांतरित करायचे हे त्यांना साक्षरता आली की समजेल.

बँकांनी लोकांना डेबिट कार्ड दिली आहेत. जे मागणी करतील त्यांना ती पुरवण्याची ग्वाही बँकांनी दिलेली आहे. त्यामुळे लोकांनी त्याचा अधिकाधिक वापर करायला पाहिजे. कोणतीही खरेदी कार्डवरच केली पाहिजे. त्यासाठी छोटे व्यापारी, दुकानदार वगैरेंकडे पॉइंट टू सेलची मशीन्स पाहिजेत. अगदी छोट्या सलूनवाल्याकडेही ती पाहिजेत. या मशीनमध्ये कार्ड फिरवले की आपल्या बँकेच्या खात्यातील पैसे त्याच्या खात्यात जमा होतील. रोखीचा प्रश्न मिटेल. ही मशीन्स गावागावात हवीत. सध्या कार्ड वापरले की दोन टक्के जादा रक्कम घेतात ती कदाचित कालांतराने बंदही होईल. आता थोडा खर्च जास्त होईल, पण तो ग्राहकाला सहन करावा लागेल.

हे सगळे मोदींच्या पुढच्या दहा वर्षांच्या कालखंडात होईल अशी अपेक्षा देशातील प्रत्येक राष्ट्रप्रेमी नागरिकाला आहे. त्यामुळे दशकभरात कॅशलेस भारताचे स्वप्न पूर्ण होण्याची आशा बाळगता येईल. पण ते झाले नाही तर काय करायचे याचा विचार नंतरच केलेला बरा!

६. माणसे काय, नोटांच्या रांगेतही मरतात!

राम जगताप

दे रे हरि, दोन आण्याची मोड!
मोडीसाठीं भटकुनि आले तळपायाला फोड ।। धृ.।।
काडि मिळेना, विडी मिळेना, इतर गोष्ट तर सोड!
मीठहि नाहीं, पीठहि नाहीं, मिळे न कांहीं गोड!
पै पैशाचे धंदे बसले, झाली कुतरेओढ!
'मोड नाहिं,'चे जेथें तेथें दुकानावरी बोर्ड!
ट्रॅम गाडिंतहि मोड न म्हणुनी, करितों तंगडतोड!
कुणी 'कूपनें' घेउनि काढी नोटांवरती तोड!
मोडीवांचुनि 'धर्म' थांबला, भिकारि झाले रोड!
दिडकि कशी तुज देऊं देवा, प्रश्न पडे बिनतोड!
श्रीमंतांचें कोड पुरवुनी मोडिशि अमुची खोड!
पाड दयाळा, खुर्द्याची रे आतां पाऊसझोड!

केशवकुमार उर्फ प्रल्हाद केशव अत्रे यांच्या 'झेंडूचीं फुलें' या संग्रहातली ही 'मोडीसाठीं धांव' नावाची विडंबनपर कविता. या संग्रहातील कविता १९५० ते ५६ या काळातील आहेत. कविता केशवकुमारांनी कधी लिहिली आहे, याचा त्यांनी उल्लेख केला असला, तरी बऱ्याच कवितांच्या खाली तो केलेला नाही. पण बहुधा ही कविताही याच कालखंडात किंवा थोडीफार आगेमागे लिहिली गेली असावी. केशवकुमारांच्या या संग्रहातील बहुतांश कविता या इतर कवींच्या कवितांची खिल्ली

उडवण्यासाठी लिहिलेल्या आहेत. मात्र काही कविता या त्यांनी तत्कालीन समाजजीवनातील प्रसंगांवर स्वतंत्रपणेही लिहिल्या आहेत. 'मोडीसाठीं धांव' ही कविताही त्यांपैकीच एक आहे. या कवितेची पार्श्वभूमी सांगताना केशवकुमारांनी म्हटले आहे की, मोड मिळण्याची हल्लीं भयंकर मुश्कील झाल्यामुळें पै-पैशाचा व्यवहार करणाऱ्या गरिबांची रोजच्या जीवनांत जी कुतरओढ चालली आहे तिला तोड नाही! मोडीच्या दुष्काळानें गांजलेली गरीब जनता मनांतल्या मनांत परमेश्वराला असेंच गाऱ्हाणे आळवीत असेल काय?

ही कविता जर साठच्या दशकातच लिहिली गेली असेल, तर तेव्हा भारत स्वतंत्र होऊन काही वर्षं झाली होती. म्हणजे देशात लोकशाही पद्धतीने स्थापन झालेले पं. जवाहरलाल नेहरू यांचे बहुमतातलं सरकार होते. मग त्या वेळच्या जनतेने पं. नेहरू यांच्यासारख्या लोकविलक्षण पंतप्रधानांकडे आपले गाऱ्हाणे मांडण्याऐवजी ते देवाला साकडे का घालत बसले? कदाचित अशीपण शक्यता आहे की, केशवकुमार ऊर्फ आचार्य अत्रे यांची पं. नेहरू यांच्यावर विलक्षण भक्ती होती. त्यामुळे चलन तुटवड्यामुळे सर्वसामान्य जनतेची होणारी कुतरओढ त्यांना दिसत असली आणि पाहवत नसली, तरी कदाचित त्यांना तेवढ्यावरून पं. नेहरूंवर टीका करणे प्रशस्त वाटले नसावे.

तिसरी गोष्ट अशी आहे की, आज जशी पं. नेहरूंना शिव्या देण्याची, कुचकामी ठरवण्याची फॅशन बोकाळली आहे, तशी त्या काळी नव्हती. नक्कीच नव्हती. उलट देश स्वतंत्र झाल्यानंतर त्याच्या पहिल्या पंतप्रधानपदी देशातील तमाम जनतेने पं. नेहरू यांची निवड केली होती. नुसती निवड नाही, तर त्यांचा पं. नेहरूंवर १०० टक्के विश्वास होता. नेहरूंकडेही कदाचित आजच्या परिप्रेक्ष्यात पाहताना नसेल, पण त्या काळाच्या तुलनेत देश घडवण्याची दृष्टी होती. देशाचे सारथ्य करण्याचे सामर्थ्य त्यांच्यामध्ये होते, तसे देशाला पुढे नेण्याचेही होते. त्या भरवशाबाबत तत्कालीन जनतेचा भ्रमनिरास झालेला नव्हता.

चौथी शक्यता अशी आहे की, मोड नसल्यामुळे तत्कालीन जनतेच्या होणाऱ्या कुतरओढीने केशवकुमार खूप व्यथित झाले असावेत. दुःखाने गदगदलेला कुणीही माणूस इतरांना दोष देत नाही; तो स्वतःला, स्वतःच्या नशिबाला, प्रारब्धालाच दोष देतो; देवाचा धावा करतो. केशवकुमार जसे सरकारधार्जिणे कवी नसावेत, तसे सरकारविरोधक कवीही नसावेत. त्यामुळे जनसामान्यांच्या दुःखाचे भांडवल करून त्यांनी सरकारला आपल्या कवितेतून 'चार खडे बोल' सुनावण्याची संधी घेतली नाही.

पाचवी शक्यता अशीही आहे की, या कवितेत जनसामान्यांचे दु:खच तेवढे केशवकुमारांना सांगायचे असावे. त्यापलीकडे त्यांचा इतर कुठला उद्देश नसावा. म्हणजे त्यांच्या या दु:खाला जबाबदार कोण, कोणामुळे हा प्रश्न निर्माण झाला? त्यावर उपाय काय? या प्रश्नांना त्यांना कदाचित भिडायचेच नसावे. त्यामुळे ते त्या वाटेला गेलेच नाहीत.

सहावी शक्यता अशीही असू शकते की, ही कविता केशवकुमारांनी 'ड्रॅमॅटिक मोनोलॉग' म्हणजे 'नाट्यमय स्वगत' या पद्धतीने लिहिली आहे. मोडीपायी 'मोड'कुटीस आलेला एक सामान्य माणूस आपले मनोगत या कवितेत व्यक्त करतो आहे. सामान्य माणूस तेव्हाचा असो की आजचा, तो त्याच्या वाट्याला आलेल्या आयुष्यासाठी, हाल–अपेष्टांसाठी कधीच कुठल्याच सरकारला दोष देत नाही. तो त्याच्या नशिबालाच दोष देतो आणि देवाचा धावा करतो. केशवकुमार यांनी सामान्य माणसाच्या पातळीवर जाऊन तो कसा विचार करेल, बोलेल हे समजून घेऊन ही कविता लिहिली असल्यामुळे इतर कुणावर ठपका ठेवण्याचा प्रश्नच उद्भवला नसावा.

अजून अशाच काही शक्यता वर्तवता येतील. कुणी कदाचित असाही प्रश्न उपस्थित करेल की, 'पाड दयाळा, खुर्द्यांची रे आतां पाऊसझोड!' या ओळीतील 'दयाळा' हा शब्द देवासाठीच वापरलेला आहे कशावरून? तो पं. नेहरू यांच्यासाठीही वापरलेला असू शकतो. ते तेव्हा देशातील तमाम नागरिकांसाठी परमेश्वरासमानच होते की! ही शक्यतासुद्धा नाकारता येत नाही. त्यामुळे तिचा स्वीकारही करायला फारशी अडचण येण्याचे कारण नव्हते. पण याच ओळीत 'पाऊसझोड' असा शब्द आहे. खुर्द्याचा पाऊस पाडण्याचे तंत्र तेव्हा भारत सरकारने विकसित केलेले नव्हते आणि पं. नेहरू यांनीही. त्यामुळे त्यांच्याकडे ही मागणी करता येणे शक्य नव्हते. दुसरी गोष्ट अशी आहे की, ही कविता एका तत्कालीन गरीब सामान्य माणसाचे मनोगत आहे. त्याला तेव्हा आपला देश स्वतंत्र झाला आहे, त्याच्या पंतप्रधानपदी पं. नेहरू यांच्यासारखा द्रष्टा नेता आहे याची गंधवार्ताही नसावी. मग तो नेहरूंना साकडे घालणार कसे?

पण सध्याचा काळ केवळ भूतकाळातच रमण्याचा नाही. त्यामुळे 'मोडीसाठीं धांव' या कवितेचे तत्कालीन परिस्थितीनुसार कितीही रसग्रहण करण्याचा प्रयत्न केला, तरी आता तिचे काय महत्त्व आहे? ती आजही प्रस्तुत ठरते का? असे काही प्रश्न निर्माण होतातच. इतरांनी उपस्थित केलेल्या प्रश्नांकडे दुर्लक्ष करता येते, तसेच आपल्याच मनात निर्माण झालेले प्रश्न जागच्या जागी दाबून टाकता येतात. तरीही

आजचे केशवकुमार या कवितेतील 'मोड' या शब्दाच्या जागी 'नोट' (५०० किंवा २०००ची) हा शब्द टाकून ही कविता आजच्या परिस्थितीलाही कशी तंतोतंत लागू पडते, याविषयी ठाम प्रतिपादन करू शकतात. वर असेही म्हणू शकतात की, तेव्हा जनसामान्य मोडीपायी मेटाकुटीला आले ही गोष्ट खरी आहे, पण तेव्हा त्यांतल्या काहींवर तासन्तास रांगेत उभे राहून स्वतःचा जीवच गमवण्याची वेळ आली नव्हती! या आक्षेपाचाही प्रतिवाद करणे फारसे कठीण नाही. भाजपचे राष्ट्रीय उपाध्यक्ष विनय सहस्रबुद्धे यांनी म्हटलेच आहे की, 'माणसं काय, रेशनच्या रांगेतही मरतात!' आता ती जर रेशनच्या रांगेत मरू शकतात, तर नोटांसाठीच्या रांगेतही मरू शकतातच की!

७. खूप लोक 'नोटा'कुटीला आले!

राम जगताप

- नोटा बदलण्यासाठी बँकाबाहेर रांगाच रांगा
- नोटा बाद करण्याच्या निर्णयाला सर्वोच्च न्यायालयात आव्हान
- २ हजाराच्या नोटेसोबत सेल्फी काढण्याचे वेड
- मथुरा-वृंदावनमधील मंदिरात नोटा दानपेटीत न टाकण्याचे भाविकांना आवाहन
- तिरुपती बालाजी मंदिरात दानशूर भक्तांसाठी क्रेडिट-डेबिट कार्ड मशीन्स उपलब्ध
- नव्या नोटांची नक्कल करणे पाकला अशक्य
- पाचशेच आहेत, दंड घ्याच, पुणेकरांची वाहतूक पोलिसांशी हुज्जत
- कोर्टानेही हजाराची नोट नाकारली, जामीन मिळूनही आरोपी जेलमध्येच
- चोरलेल्या पाकिटात ५००च्या नोटा, शंभरची नोट नसल्याने मालकाला मारहाण
- पाचशे-हजाराच्या नोटा रद्द झाल्याचा धसका, हार्ट अटॅकने एकाचा मृत्यू
- मुख्यमंत्र्यांच्या 'झटक्या'नंतर महावितरणही स्वीकारणार ५००, १००० रुपयांच्या नोटा
- देशाच्या भल्यासाठीच पाचशे, हजारच्या नोटांवर बंदी-मद्रास हायकोर्ट
- ५०० आणि १०००च्या नोटा देऊन भरा शासकीय कर
- सुट्ट्या पैशांच्या अभावामुळे साईभक्तांना मोफत जेवण
- ५००-१०००च्या नोटा रद्द केल्याने नाट्यगृहे-थिएटरही 'व्हेंटिलेटर'वर
- कार्तिकी सोहळ्यातील भाविकांना नोटा बदलून द्या : जिल्हाधिकारी

२८ / नोटबंदी : अर्थक्रांती की आर्थिक घोडचूक?

- मोदींच्या आर्थिक सर्जिकल स्ट्राईकमुळे तब्बल ३ लाख कोटींचा काळा पैसा नष्ट
- रद्द नोटा खड्डे भरण्यासाठी वापरल्या जाणार
- २.५० लाखापेक्षा जास्त डिपॉझिटवर टॅक्स आणि बेहिशोबी आढळल्यास २०० टक्के दंड
- फ्लिपकार्ट आणि अमेझॉनवरही नोटबंदी
- भारतीय नोटा बंद, पाकवर संक्रांत
- पाचशे, हजार रुपयांच्या नोटांसंदर्भातील याचिका मद्रास उच्च न्यायालयाने फेटाळली
- पाणी, वीज, मालमत्ता करासह इतर देयकांसाठी ५००, १०००च्या नोटा स्वीकारणार
- नोटा रद्द करण्याच्या निर्णयावर केंद्राकडून सर्वोच्च न्यायालयात कॅव्हेट दाखल
- ५००-१०००च्या नोटांवरील बंदीमुळे महिलेची आत्महत्या
- नोटा रांगेचे दोन बळी

गेल्या तीन दिवसांत वेगवेगळ्या मराठी वर्तमानपत्रांमध्ये छापून आलेल्या बातम्यांचे हे काही मथळे. या मथळ्यांतून सध्या देशभर कशाची चर्चा सुरू आहे आणि देशातील सर्वसामान्य नागरिक कशाला तोंड देत आहेत, याचा अंदाज येतो.

मंगळवारी मध्यरात्री पंतप्रधान नरेंद्र मोदी यांनी भारतीय चलनातून ५०० आणि १००० रुपयांच्या नोटा अचानक बाद ठरवल्या. रात्री नऊच्या सुमाराला त्यासंदर्भातील मोदींचे देशाला उद्देशून भाषण सुरू झाले. तेव्हा सोशल मीडियावर त्याचे स्वागत केले गेले. भाजप सत्तेत आल्यापासून स्विस बँकेतील काळा पैसा परत आणण्याविषयी सातत्याने प्रयत्नशील होते, पण एका मर्यादेबाहेर त्यात त्यांना फारसे यश आले नाही. मात्र देशामध्येही मोठ्या प्रमाणावर काळा पैसा असून तो भारतीय अर्थव्यवस्थेवर परिणाम करतो. सोने-चांदी खरेदी, बांधकाम व्यवसाय आणि शेअर मार्केट यांमध्ये मोठ्या प्रमाणावर काळा पैसा वापरला जातो. काळ्या पैशाची निर्मिती ही बहुतांश धनवान वर्गच करत असल्यामुळे ५००-१०००च्या नोटा बंद करण्याचा निर्णय जाहीर झाल्यानंतर देशभर आनंदाची लाट पसरली. तसेही सध्या देशात राष्ट्रप्रेम, राष्ट्रहित यांचा ज्वर चढत असल्यामुळे अनेकांना या निर्णयाने मोदी यांच्या धाडसीपणाचे कौतुकच वाटले. निर्णय जाहीर झाल्याझाल्या लोकांनी एटीएमसमोर रांगा लावल्या. पण पाचशेच्या नोटा रद्द केल्याने एका वेळी ५०० रुपये काढले तरच शंभराच्या पाच

नोटा येत होत्या. त्यामुळे प्रत्येक जण दोन वेळा पाचशे रुपये काढत होता. रांगेत उभ्या राहिल्याराहिल्या लोक जर्मनीत १९२० साली असाच निर्णय जाहीर झाला, तेव्हा कशी गडबड उडाली हे चवीचवीने सांगत होते. कुणी १९७८मध्ये मोरारजी देसाई यांनी एक हजार, पाच हजार आणि दहा हजाराच्या नोटा रद्द करण्याचा निर्णय घेतला होता, त्याच्या आठवणी सांगत होते. एकंदर लोकांच्या प्रतिक्रिया फारशा नापसंतीच्या नव्हत्या.

मात्र गेल्या तीन दिवसांत या निर्णयाचे कौडकौतुक ओसरत चालले आहे. कारण गेले तीन दिवस लोकांना सकाळपासून बँकेसमोर रांग लावावी लागत आहे. एटीएम बंद आहेत. शनिवार-रविवार बँका सुरू राहणार असल्या, तरी बँकेतील कर्मचारी वर्ग तेवढाच आणि बँकेत येणाऱ्यांची संख्यामात्र नेहमीपेक्षा कैक पट अशी अवस्था आहे.

या परिस्थितीचे अचूक वर्णन दै. सामनाने 'लोक 'नोटा'कुटीला आले!' आणि 'आर्थिकी एकादशी' अशी अतिशय समर्पक शीर्षकांतून व्यक्त केले. केवळ मराठीमध्येच नाही तर इंग्रजी वर्तमानपत्रांच्याही तुलनेत 'सामना'च्या दोन्ही दिवशीच्या पहिल्या पानावरील बातम्यांची ही शीर्षके सर्वोत्तम म्हणावी अशी आहेत. सतत शाब्दिक कसरती करत राहिल्याने अनावश्यक इतका सराव होऊन आणीबाणीच्या वेळी शब्दच सुचेनासे होऊ शकतात, हा धडा यातून घेता येण्यासारखा आहे. असो.

मोदींनी नोटा रद्द करण्याचा निर्णय कमालीच्या गुप्त रीतीने घेतला असे सांगितले जात असले, तरी आता त्यातील बिंग फुटू लागले आहे. भाजपच्या काही नेत्यांकडे नव्या नोटा मोदींनी रद्द करण्याच्या आधीच पोहोचल्या असल्याची छायाचित्रे जाहीर झाली आहेत.

'अकिला' या गुजराती वर्तमानपत्राने तर १ एप्रिल २०१६ रोजीच ५००- १००० रुपयांच्या नोटा रद्द झाल्या असल्याची बातमी 'एप्रिल फूल' म्हणून छापली होती. अवघ्या आठ महिन्यातच प्रत्यक्षात येणारी घटना एखाद्या वर्तमानपत्राला विनोदाने सुचावी आणि असे वर्तमानपत्र गुजरातमधीलच असावे, हा योगायोग 'योगायोग' वाटू नये!

मोदींच्या निर्णय तर जाहीर झाला पण नवे चलन बँकाकडे पुरेशा प्रमाणात उपलब्ध नव्हते हेही आता उघड झाले आहे. कुठल्याही बँकेच्या एटीएममध्ये काल संध्याकाळपर्यंत ५००-२०००च्या नव्या नोटा आलेल्या नव्हत्या. त्यामुळे ती बंदच आहेत. आता अशी बातमी आहे की, नव्या नोटांचा आकार आधीच्या नोटांपेक्षा

वेगळा असल्याने त्या एटीएममध्ये बसण्यासाठी त्यात काही बदल करावे लागणार आहेत. त्यासाठी अजून काही वेळ जावा लागणार आहे. म्हणजे या संभाव्य संकटाचाही विचार केला गेला नव्हता. याचाच दुसरा अर्थ असा आहे की, बँकांसमोर लागणाऱ्या रांगा अजून काही दिवस थांबवण्याची शक्यता नाही.

आता या धाडसी निर्णयातील उणिवा समोर येऊ लागल्या आहेत. नोटांच्या रद्दीकरणाचा निर्णय मंगळवारी रात्री मोदींनी जाहीर केल्याबरोबर सोन्याच्या भावामध्ये वाढ झाली. काळा पैसा बाहेर येण्याऐवजी सोन्यामध्ये जाऊन बसू लागला. कुठल्याही व्यापारात बनावट ग्राहक दाखवता येणे कठीण नसते. आणि सोन्याला भारतीय परंपरेमध्ये मोठे स्थान असल्याने 'सोना है सदा के लिए' म्हणत सोनेखरेदीने जोर पकडला. साईबाबा-तिरुपती बालाजी यांच्याविषयीचे प्रेमही त्यांच्या दानशूर भक्तांमध्ये वाढीला लागले आहे. बिल्डर लॉबी धास्तावली आहे.

सर्वांत महत्त्वाचे म्हणजे आपल्याकडील काळा पैसा सरकारजमा व बँकेमध्ये जमा करून, टॅक्स भरून तो पांढरा करण्यासाठी फारसे कुणी पुढे आलेले नाही, हे लक्षात घेण्याजोगे आहे. म्हणजे मोदींच्या 'सर्जिकल स्ट्राईक'ला काळा पैसेवाले 'मॅजिकल स्ट्राईक'ने उत्तर देण्याच्या मागे लागले आहेत. या दोन्हींशी जनसामान्यांना फारसे देणे-घेणे नाही. सरकार आणि काळा पैसेवाले यांच्यामध्ये जनसामान्यांचे जगणेमात्र त्राहीमामा होत चालले आहे. लोक खरोखरच 'नोटा'कुटीला येत चालले आहेत! दरम्यान सरकारच्या या निर्णयाला सर्वोच्च न्यायालयातही आव्हान दिले गेले आहे. तेही दोन वकिलांनीच दिले आहे. जनहितयाचिका नावाच्या उपयुक्त साधनाचा हल्ली अनेक जण हत्यार म्हणूनच वापर करू लागले आहेत. त्याचा हा अजून एक पुरावा. सरकारने त्यावर घाईघाईने कॅव्हेट दाखल केले असले, तरी जनसामान्यांतला असंतोष सरकारविरोधात जाऊ लागला आहे. कुठलाही धाडसी निर्णय वा कृती ही बूमरँग होणार नाही ना, याचीही शक्यता विचारात घ्यावी लागते. ती घेतली तर आपल्या निर्णयावरून हात-पाय पोळण्याची शक्यता कमी असते. मोदी सरकारच्या निर्णय स्तुत्य असला, तरी तो फारसा व्यवहार्य नव्हता, हे आता जवळपास सिद्ध झाले आहे. आणि व्यवहार्य नसलेले निर्णय न्याय्यही नसतात.

८. मोदी सरकारचा फसलेला साहसवाद

अभय टिळक

इतके दिवस चलनामध्ये असणाऱ्या ५०० आणि १००० रुपयांच्या नोटा एकाएकी चलनामधून मागे घेण्याच्या केंद्र सरकारच्या निर्णयाकडे दोन पद्धतीने पाहायला हवे. एक म्हणजे त्याचा हेतू आणि अंमलबजावणी. हेतूबाबत असे दिसतेय की, गेले चार दिवस आपण गवगवा करतोय की हा काळ्या पैशाच्या निर्मितीवरील जालीम उपाय आहे वगैरे. मात्र सकृतदर्शनी असे दिसतेय की, या व्यूहरचनेमागचा हेतू नकली नोटा आणि दहशतवादाच्या आर्थिक आघाडीला शह देणे हाच असावा. कारण काळ्या पैशाच्या निर्मितीला आणि साठवणुकीला अटकाव करणे हा जर यामागचा हेतू असता, तर नवीन ५०० आणि २०००च्या नोटा आणण्याचे काही कारण नव्हते. नकली नोटांमागे सगळ्या प्रकारची अव्यवस्था किंवा अनागोंदी माजून नागरिकांमध्ये घबराट पसरावी. त्यांचा व्यवस्थेवरचा विश्वास डळमळीत व्हावा, अशी खेळी असते. तिला मोदी सरकारला या निर्णयाने शह दिला. याचा दुसरा आनुषंगिक फायदा म्हणजे नगद नोटांच्या स्वरूपात जी बेहिशोबी मालमत्ता होती, तिलाही दणका बसला. या दोन्ही गोष्टी स्वागतार्ह असल्यामुळे सर्वसामान्य माणूससुद्धा खूश होता. आजही आहे. पण आता त्याची जागा चिंता आणि चिडचिडेपणा यांनी घ्यायला सुरुवात केली आहे. कारण या नोटा रद्दीकरणाच्या निर्णयामागे सरकारने जो काही वेळेचा हिशोब करायला हवा होता आणि पर्यायी व्यवस्था तितक्याच कार्यक्षमपणे व्यवहारात येण्यासाठी जी सपोर्ट सिस्टिम, व्यवस्थात्मक कार्यप्रणाली हवी होती, या दोन्ही पातळ्यांवर कुठेतरी सरकारचे

गाडे अडखळले. कारण पाच-सहा दिवसांनंतरही एटीएम सुरळीत नाहीयेत. बँकांमध्ये नोटांचा पुरवठा व्यवस्थित होताना दिसत नाही.

याचा दुसरा एक आनुषंगिक मजेशीर परिणाम असा होतोय की, हॉटेल्स, दुकानदार, सिनेमा थिएटर्स या ठिकाणी रोज वेगवेगळ्या प्रकारच्या नोटा मोठ्या प्रमाणावर जमा होतात. एरवी त्या ते बँकांमध्ये भरतात. पण आता तसे होताना दिसत नाही. कारण त्यांना भीती वाटते आहे की, नोटाच राहिल्या नाही तर काय करणार? त्यामुळे बँकांची आणि सर्वसामान्य माणसांची पंचाईत होते आहे. कारण हा रोजचा जमा होणारा पैसा नेहमीच्या शिरस्त्याप्रमाणे बँकेत जमा झाला असता, तर बँकांच्या माध्यमातून नोटांचा पुरवठा सुरळीत राहू शकला असता. मात्र नवीन नोटा उपलब्ध होत नाहीयेत. परिणामी आहे त्या नोटा खर्च करण्याची किंवा दवडण्याची लोकांची तयारी नाही. त्यामुळे समस्या आणखी गुंतागुंतीची बनली आहे.

हे जे निर्णायक, ठाशीव आणि ठोस पाऊल सरकारने उचलले, त्याला व्यवस्थात्मक कार्यक्षमतेचे बळ मिळाले नाही. त्यामुळे चांगल्या निर्णयाची परिणती व्यवहारात विपरीत होऊन सामान्य माणूस वैतागणे आणि या निर्णयाच्या वैधतेबाबतच संशय निर्माण होणे, हे जास्त घातक होण्याची शक्यता आहे. कारण चलनी नोटांना शह देणे आणि काळ्या पैशाला पायबंद घालणे, हे दोन्ही विषय सर्वसामान्य माणसांच्या जिव्हाळ्याचे असले, तरी त्याची किंमत आपण किती वेळ मोजायची? आणि किती काळ मोजायची? हा प्रश्न प्रत्येकाला पडू लागला आहे.

आपला देशही खूप गुंतागुंतीचा आहे हेही आपण लक्षात घ्यायला पाहिजे. देशाचा भौगोलिक विस्तार खूप मजेशीर आहे. कानाकोपऱ्यात लोकसंख्या, उद्योगधंदे विस्तारलेले आहेत. दळवळणाची साधने अजून सगळीकडे सारख्या प्रमाणात कार्यक्षम नाहीत. त्यामुळे बँकांच्या शाखा, खाती, एटीएमसारखी यंत्रे यांचा अजून सर्वदूर फैलाव झालेला नाही. नेट बँकिंग शहरांमधल्या उच्चभ्रू आणि मध्यमवर्गातल्या काही गटांपुरतेच मर्यादित आहे. बाकी बहुतांश लोकांचा अजूनही पर्सनल बँकिंगवरच जास्त भर आहे. तिथे आपण पर्यायी यंत्रणा नीट राबवू शकलो नाही, हे व्यवस्थेतल्या सगळ्या यंत्रणांचे अपयश आहे.

पर्यायी व्यवस्था पूर्वीच्याच कार्यक्षमतेने सक्रिय बनायला किती वेळ लागेल? दुसरे म्हणजे नोटांची छपाई, त्या छापलेल्या नोटा रिझर्व्ह बँकेकडे जाणे, तिथे त्यांची मोजदाद होणे, तिथून प्रत्येक बँकेने मागितलेल्या प्रमाणात नोटांचे वितरण होणं, बँकांकडून त्या त्यांच्या शाखांमध्ये आणि एटीएममध्ये जाणे आणि कमी दर्शनी मूल्य

असलेल्या नोटा एटीएम मशीनमधून वितरित होण्यासाठी त्या मशीनमध्ये तांत्रिक सुधारणा करून ती यंत्रे सक्षम बनवणे, या सगळ्याला नेमका किती वेळ लागेल, तो कमीत कमी असावा, त्यासाठी कशा प्रकारची व्यवस्था आपल्याला राबवावी लागेल, याचा एक तर केंद्र सरकारने गृहीत धरलेला अंदाज चुकला किंवा ही शक्यताच विचारात घेतली गेली नसावी. कारण पंतप्रधान मोदींनी परवा विधान केले आहे की, 'हे सगळं सुधारायला अजून किमान ५० दिवस लागतील. तोवर सबुरी राखा.' म्हणजे आठ तारखेपासूनचा कालावधी धरला, तर जवळपास दोन महिने होतात. असा प्रकार चालणार असेल, तर या पद्धतीच्या सुधारणांना मिळणारा लोकमताचा कुठलाही पाठिंबा टिकणार नाही.

त्यामुळे निर्णय चांगला आहे, पण पर्यायी व्यवस्था कार्यक्षमपणे राबवण्यासाठी ज्या यंत्रणात्मक बाबींची तंदुरुस्ती करणे आवश्यक आहे, त्याची खातरी करून जर हा निर्णय राबवला गेला असता, तर ते अधिक इष्ट झाले असते. परिणामी आता लोकांना होणारा त्रास, त्यातून निर्माण होणारी अस्वस्थता आणि सगळ्यात महत्त्वाची गोष्ट म्हणजे यासारख्या सुधारणांबाबत सर्वसामान्यांच्या मनात असणारी आस्था, याला जी ओहोटी लागते आहे, तीही टाळता आली असती.

हे मात्र तितकेच खरे आहे की, हा निर्णय हे साहस नक्कीच आहे. हा निर्णय सर्वस्वी पंतप्रधानांचाच आहे किंवा त्यांच्या नेतृत्वाखाली घेतला गेला आहे. त्यांनी हे साहसी पाऊल उचलले आहे याबद्दल काहीच वाद नाही. पण कुठलेही साहस बेबुनियादी असेल किंवा राज्यकर्त्यांच्या अशा निर्णयाला प्रशासकीय सुधारणा, प्रशासकीय व्यवस्थांचे सक्षमीकरण आणि पर्यायी व्यवस्था राबवण्यासाठी कराव्या लागणाऱ्या सगळ्या व्यवस्थात्मक सुधारणा यांची जोड नसेल, तर चांगल्या हेतूने केलेली एखादी सुधारणा कशी फसू शकते, त्याचेही हे उदाहरण आहे. त्यामुळे इथून पुढच्या सगळ्याच धोरणांच्या बाबतीत धोरणकर्त्यांना आणि आपल्याला हा शिकण्यासारखा धडा आहे. चमकदार, साहसी, अपूर्व अशा कल्पना निर्माण होणे, त्यांची धडाक्याने आणि साहसाने अमलबजावणी करणे, हे आवश्यक असले तरी त्याचे जे संभाव्य कल्पित आणि अकल्पित अनिष्ट परिणाम व्यवहारात संभवतात, त्यांचा मुकाबला करण्यासाठी ज्या सगळ्या सावधानता आपल्याला बाळगणे भाग आहे, त्याची पूर्वतयारी केल्याखेरीज असे पाऊल उचलले जाऊ नये.

मला व्यक्तिश: असे वाटते की, रोख रकमेच्या स्वरूपात दडवलेल्या काळ्या पैशाचे एकूण काळ्या पैशातले प्रमाण फार कमी असावे. देशात निर्माण झालेली

एकूण जी बेहिशोबी संपत्ती आहे, त्यापैकी रोख रकमेच्या स्वरूपात दडवून ठेवलेल्या पैशाचे प्रमाण कमी असले पाहिजे. त्यामागे दोन-तीन कारणे आहेत. एक, असा पैसा नुसताच घरात किंवा इतरत्र ठेवणे जोखमीचे असते. तो चोरीला जाण्यापासून धाड पडण्यापर्यंत सगळे धोके त्यात संभवतात. दोन, असा पैसा सांभाळायलासुद्धा खूप खर्च येतो. तीन, असा पैसा पडून राहून त्याची अपॉर्च्युनिटी कॉस्ट खूप असते. चार, अशा पैशाची सतत समांतर अर्थव्यवस्था आणि अधिकृत अर्थव्यवस्था या दोन्हींमध्ये ये-जा चालू असते. ज्याला आपण 'मनी लाँडरिंग' म्हणतो. अंगावर व घरात वापरून खराब झालेले कपडे धुवून स्वच्छ करणाऱ्या यंत्रणेला आपण 'लाँड्री' म्हणतो. तेच या 'मनी लाँडरिंग'चे तत्त्व आहे. बेहिशोबी किंवा कर चुकवून जो पैसा जमा केलेला आहे, तो व्यवस्थेमधल्याच अनेक तरतुदींचा फायदा घेऊन अधिकृत व्यवहारामध्ये आणून व्हाइट केला जातो. म्हणजे त्याचे लाँडरिंग केले जाते. त्यासाठी फ्रण्ट ऑफिसेस तयार केली जातात. अमूर्त वा अस्तित्वात नसलेले व्यवहार होतात. दोन-चार वर्षांपूर्वी सेल कंपन्यांची लाट आली होती. म्हणजे केवळ कागदोपत्री अनंत कंपन्या तयार करायच्या. मग एका कंपनीतून दुसऱ्या, दुसरीतून तिसऱ्या, तिसरीतून चौथ्या असे कागदोपत्री पैशांचे व्यवहार दाखवत शेवटी तो कुठेतरी एखाद्या कंपनीच्या रूपाने बाहेर काढला जातो. असे अनेक मार्ग उपलब्ध आहेत. त्यामुळे रोख बेहिशोबी संपत्ती दडवण्यापेक्षा ती कुठल्यातरी मार्गाने व्यवहारात आणली जाते आणि ताबडतोब मालमत्तेच्या स्वरूपात गुंतवली जाते. उदा. जमीन, दागिने, सोने किंवा महागड्या वस्तू. म्हणजे रोख बेहिशोबी संपत्तीचे रूपांतर मालमत्तेत करून मालमत्ता धारण करायची, हा भारतात सररास चालणारा प्रघात आहे.

त्यामुळे ५००-१००० रुपयाच्या जुन्या नोटा चलनामधून काढल्यामुळे रोख रकमेच्या स्वरूपात दडवलेला पैसा उजेडात येईल हे खरे असले, तरी त्याचा व्यवहारातला परिणाम मर्यादित संभवतो. कारण मुळात अशा रोखीच्या स्वरूपात फार पैसा असण्याची शक्यता कमी असते. त्याचे एक पर्यवसान आता आपल्याला पाहायला मिळालेही. ५००-१०००च्या नोटा रद्द झाल्याची बातमी समजताच रातोरात सोन्याचे भाव वाढले. म्हणजे त्या पैशाचे ताबडतोब मालमत्तेत रूपांतर केले गेले. त्यामुळे जुन्या नोटा व्यवहारातून रद्द करणे, पॅन कार्डचा आग्रह धरणे, लोकांना मिळणारे सार्वजनिक लाभ शिष्यवृत्ती, पेंशन, रोजगार हमीमधले वेतन थेट बँक खात्यामध्ये जमा करणे, वस्तू आणि सेवा करासारखी करप्रणाली राबवणे, दडवलेले उत्पन्न स्वच्छेने जाहीर करण्याची लोकांना संधी देणे, हे उपाय करत असतानाच मालमत्ता करही आकारायला हवा.

सध्या हा कर काढून टाकलेला आहे. काळ्या पैशाची निर्मिती आणि साठवणूक या दोन्ही रोखण्यासाठीच्या प्रयत्नांचा भाग म्हणून मालमत्ता कर लागू करायला सुरुवात केली, तर रोख रकमेचे रूपांतर संपत्तीमध्ये करून बेहिशोबी पैसा दडवण्याच्या प्रवृत्तीला आळा बसू शकेल. मात्र याबाबत सरकारचा दावा असा असतो की, मालमत्ता कर आकारून फार काही उत्पन्न मिळत नाही. म्हणून सरकार ते बंद करते, पण हा दावा चुकीचा आहे. कारण मालमत्ता कराचा उद्देश जास्तीत जास्त महसूल मिळवणे हा नाही. त्याचा हेतू काही मूठभरांच्या हातात होणारे संपत्तीचे केंद्रीकरणे रोखणे हा आहे. जशा आता ५००-१०००च्या चलनी नोटा चलनातून काढून रोख स्वरूपात दडवून ठेवलेल्या बेहिशोबी पैशावर सरकारने टाच आणलेली आहे, तशीच जर संपत्ती कराची तरतूद पुन्हा लागू केली तर अधिक सकारात्मक परिणाम दिसेल.

लेखक पुण्यातील अर्थविज्ञानवर्धिनीचे संचालक आहेत.

९. मोदींची अर्धीमुर्धी साफसफाई

महेश सरलष्कर

एका फटक्यात पाचशे आणि हजार रुपयांच्या नोटा रद्द करून पंतप्रधान नरेंद्र मोदी यांनी प्रामुख्याने चार क्षेत्रांतील लोकांना दणका दिला. या चार क्षेत्रांतील लोक सातत्याने काळा पैसा जमा करत असतात आणि त्याची विल्हेवाट आपापल्या सोयीने लावत असतात. ही क्षेत्रे म्हणजे राजकीय, नोकरशाही, सोने-चांदी आणि बांधकाम. त्यात मोठमोठे व्यापारी, उद्योजक कंपन्यांचीही भर घालता येईल. ही मंडळी कर चुकवून काळा पैसा जमवतात आणि चाणाक्षपणे पुन्हा देशाच्या अर्थव्यवस्थेत तेच पैसे पुन्हा गुंतवून स्वतःचे गाठोडे आणखी मोठे करत नेतात. या काळ्या पैशाच्या निर्मितीला मोदींच्या निर्णयाने एकाएकी ब्रेक लागला आहे. हा 'सर्जिकल स्ट्राईक' ही मोठीच बाब झाली हे खरे पण, त्यामुळे काळा पैसा निर्माण होण्याची प्रक्रिया थांबणार आहे का? या स्ट्राईकमुळे काळा पैशाच्या निर्मितीच्या प्रक्रियेत थोडा काळ खंड पडेल इतकेच. त्यामुळे खूप हुरळून जाण्याचे कारण नाही. मोदींची ही साफसफाई अर्धीमुर्धीच आहे.

पूर्वी मोरारजी देसाईंनी पंतप्रधान झाल्यावर पाचशे आणि हजाराच्या नोटांवर एकदम बंदी आणून कर चुकवणाऱ्यांना एका रात्रीत हादरून टाकले होते. तसेच आताही झाले आहे. मोदींनी या नोटांवर बंदी घालताना टाइमिंग खूपच अचूक साधलं आहे.

१) दिवाळीच्या मौसमात व्यापार-उद्योगाला कुठलाही फटका बसणार नाही याची त्यांनी काळजी घेतली. दिवाळीच्या दिवसांत बाजारात मोठी उलाढाल होत असते. त्याला बाधा आणली असती, तर ऐन दिवाळीत काळोख पडला असता. तो मोदींनी टाळला.

२) स्वयंस्फूर्तीने काळा पैसा जाहीर करून त्यावर कर भरण्याची योजना केंद्र सरकारने राबवली होती. त्यातून काही हजार कोटी रुपये सरकारच्या तिजोरीत जमा झाले आहेत. काळा पैसेधारकांना स्वच्छ होण्याची संधी केंद्र सरकारने दिली होती. त्यानंतरच नोटा रद्दीकरण करण्यात आले आहे.

३) आत्ता निवडणुकीचे दिवस आहेत. महाराष्ट्रात नगरपालिकेच्या निवडणुका होणार आहेत. उत्तर प्रदेशमध्ये नगारे आधीपासूनच वाजू लागले आहेत. निवडणुकीच्या काळात काळा पैसा पाण्यासारखा वाहतो. रोख रकमेच्या थप्प्याच्या थप्प्या वाटल्या जातात. चुकून कुणावरतरी कारवाई होते, तेव्हा करोडो रुपयांची रोकड सापडल्याच्या बातम्या दर निवडणुकीत ऐकायला मिळतात. उत्तर प्रदेशसारख्या अवाढव्य राज्यातील निवडणुकीत किती प्रमाणात काळ्या पैशाचे वाटप होईल याचा अंदाज पुरेसा आहे. नोटांवर आधारित निवडणुकांना फटका बसणार आहे.

हे पाहता मोदींनी खूप हुशारीनं नोटा रद्दीकरण केले आहे. या निर्णयामुळे 'धाडसी पंतप्रधान' या त्यांच्या प्रतिमेत आणखी भर पडेल. मोदींच्या टायमिंगमुळेच त्यांची अपेक्षेपेक्षा वाहवा होत आहे. या निर्णयाचे चांगले परिणाम कोणते?

१) राजकीय मंडळी निवडणुकांमध्ये मतदारांना पैशाचे वाटप कसे करतात हे तपासता येईल. त्यातून राजकीय नेत्यांकडे, त्यांच्या पक्षांकडे पैसा कसा जमा झाला आणि ते त्याची विल्हेवाट कशी करू पाहतील, याच्या शक्यतांची चाचपणीही करता येईल.

२) आपल्याकडे पैसा सोन्याच्या रूपात ठेवण्याची परंपरा आहे. त्याचा आधार घेत काळा पैसा सोन्यात दडवला जातो. सोनेखरेदीही नित्याची बाब असल्याने त्याबद्दल फारसे कोणी आक्षेपही घेत नाही. आणि सोने डोळ्यावरही येत नाही. त्यामुळे सोन्याच्या रूपात दडवलेला पैसा कोणाला कळतही नाही. चुकून कधीतरी हौसेपोटी गळ्यात दिसला तरच शक्यता. आता सोन्याच्या बिस्किटाच्या रूपातही हा पैसा रूपांतरित होत असतो. त्यामुळेच भारतात सोनेआयातीचे प्रमाण कुठल्याही देशापेक्षा जास्त आहे आणि तुलनेत सोने महागही आहे. सोनेखरेदीसाठी काळा पैसा वापरला जात असल्याने सोन्याचे व्यवहारही रोकड स्वरूपातच होत असतात. सोने व्यापाऱ्यांवर अधूनमधून छापे पडतात आणि घबाड सापडते ते अशा रोकड व्यवहारांमुळेच. पाचशे-

हजारच्या नोटा रद्द झाल्यामुळे सोनेखरेदीचे रोख व्यवहार अडचणीत आले आहेत. शंभरच्या नोटा देऊन सोनेखरेदी करता येईल, पण शंभरच्या किती नोटा देणार? सोन्याच्या किमती बघता पाचशे-हजारांच्याच नोटा देणे सोईस्कर ठरते. नोटा रद्दीकरणामुळे या सोयीला तात्पुरतातरी आळा बसला आहे.

३) सामान्य मध्यमवर्गासाठी घर खरेदी करणे आवाक्याबाहेर गेले आहे. कारण घरांच्या अवाच्यासव्वा किमती. एक कोटीच्या खाली चार खोल्यांचे घर मिळत नाही आणि कर भरणाऱ्या पगारदार मध्यमवर्गीय कुटुंबाला हे घर परवडत नाही. मग ही घरे खरेदी करते कोण? त्यातील बहुतांश काळा पैशांची आवक असणारेच असतात. ही मंडळी रोकड देऊन घर खरेदी करतात. काही अपवाद वगळता बिल्डर मंडळीही रोख व्यवहार करणेच सोयीचे मानतात. रोखीचे व्यवहार पाचशे-हजारांच्या नोटांमध्येच होत असतात. नोटा रद्दीकरणामुळे काही प्रमाणात बांधकाम क्षेत्रात स्वच्छता होऊ शकेल. रोख व्यवहारांना आळा बसला की आर्थिक व्यवहार अधिकृत मार्गाने व्हायला लागतात. म्हणजेच बँकेच्या माध्यमातून पैशांची देवघेव होऊ लागते. व्यवहार बँकेच्या चौकटीत व्हायला लागले की आपोआपच काळ्या पैशावर नियंत्रण येते. व्यवहार स्वच्छ होतात. प्रत्येक व्यवहारामागे कर भरला आहे की नाही याची शहानिशा करणे सरकारी करविषयक संस्थांना शक्य होते. नोटा रद्दीकरणामुळे घरांच्या किमती थोड्या कमी होण्याची शक्यता आहे. मध्यमवर्गासाठी ही आनंदाची बाब म्हणावी लागेल.

नोटा रद्दीकरणाच्या व्यवहारांमध्ये कोणता बदल होऊ शकेल? एका रात्रीत पाचशे आणि हजाराच्या नोटा रद्द झाल्यामुळे सामान्य नागरिक हादरून गेला. मोदींचे भाषण संपल्यानंतर लगेचच देशभरातील एटीएममध्ये त्याने धाव घेतली आणि तासतासभर रांगा लावून शंभर रुपयांच्या नोटा काढून आणल्या. काहींना त्या मिळाल्या, पण अनेकांना मिळाल्या नाहीत. नोटा रद्दीकरण हा लोकांसाठी शॉक होता. अजूनही मध्यमवर्ग नोकरदारही रोखीत व्यवहार करतो. पगार झाला की एकदम पाचशे-हजाराच्या नोटा बँकेतून काढल्या जातात आणि महिन्याभरात रोखीने खर्च केले जातात. रोखीने व्यवहार केले की काळा पैसा तयार होतो असे सरकार सातत्याने सांगत असले, तरी लोक ते गांभीर्याने घेत नाहीत. आता लोकांनी आपले व्यवहार गांभीर्याने घेण्याची वेळ आली आहे.

वास्तविक, सरकारचा भर लोकांनी डिजिटल वा इलेक्ट्रॉनिक पद्धतीने व्यवहार

करण्यावर आहे. बँकेत खाते असेल, तर एनईएफटीसारख्या माध्यमातून आपल्या खात्यातले पैसे दुसऱ्याच्या खात्यावर जमा करण्याची सुविधा उपलब्ध आहे. मोठ्या रकमेची खरेदी करायची असेल, तर इंटरनेट बँकिंग, डेबिट वा क्रेडिट कार्डचा वापर करा असे सरकार सातत्याने सांगत असते. पेटीयमसारखी पैशांची देवाणघेवाण करण्यासाठी सोयीची असणारी नवीन माध्यमे वापरली जात आहेत. या ॲपच्या साह्याने २५-५० रुपयांची देखील देवाणघेवाण करणे शक्य झाले आहे. आता डिजिटल वा इलेक्ट्रॉनिक स्वरूपात पैशाची देवाणघेवाण करण्याचे प्रमाण वाढू शकेल. म्हणजे ग्राहकांच्या आर्थिक व्यवहारांमध्ये मोठा बदल घडून येण्याची शक्यता आहे.

मोदींच्या निर्णयाचा इथवर विचार केल्यास वाटते की, या निर्णयामुळे देशातील काळ्या पैशाचा प्रश्न सुटेल. काही प्रमाणात हे बरोबरही आहे. पण हे संपूर्ण सत्य नाही. नजीकच्या काळात तरी काळ्या पैशाची निर्मिती थांबेल असे दिसत नाही. भारतासारख्या मोठ्या लोकसंख्येच्या देशाने कॅशलेस आर्थिक व्यवहाराकडे वाटचाल केली, तरच काळ्या पैशाला मोठ्या प्रमाणावर आळा बसू शकेल. पण हे कधी शक्य होईल?

१) देशातील प्रत्येक नागरिकाचे बँकेत खाते असायला हवे. त्याद्वारे त्याने सगळे आर्थिक व्यवहार केले पाहिजेत.

२) देशातील बहुतांश व्यवहार कॅशलेस झाले पाहिजेत. म्हणजेच काही हजारांच्या पलीकडे पैशांची देवाणघेवाण सक्तीने डिजिटल स्वरूपात वा विनारोखीने म्हणजे ड्राफ्ट वगैरे माध्यमातून झाली पाहिजे.

३) ५००-१००० रुपयांच्या नोटा छापणेच सरकारने बंद केले पाहिजे.

४) देशातील असंघटित क्षेत्र कमी होऊन संघटित क्षेत्र वाढणे अत्यंत गरजेचे आहे.

हे चारही पर्याय एकाच वेळी घडणे आवश्यक असून त्याची पूर्तता केल्याशिवाय काळ्या पैशाला आळा बसवण्याचे प्रयत्न पूर्णतः यशस्वी होऊ शकणार नाहीत. पण सध्या या चारही पर्यायांची स्थिती काय आहे? आर्थिक समावेशनाचा प्रयोग सध्या राबवला जातोय. म्हणजेच देशातील प्रत्येक नागरिकाने बँकेत खाते काढावे यासाठी सरकारने योजना राबवलेली आहे. तिचे नाव आहे- 'जनधन'. या योजनेचा गाजावाजा फार झालेला आहे. 'जनधन'मधून काही कोटी खाती उघडली गेली. या शून्य रकमेच्या खात्यांचा वापर किती लोक करतात? बहुतांश खात्यांचा वापर झालेला

नसल्याचे आढळून आलेले आहे. बँक अधिकाऱ्यांनीच स्वतःच्या खिशातून या खात्यात पैसे टाकल्याचेही उघड झालेले आहे. वास्तविक, ही खाती असणाऱ्यांना ओव्हरड्राफ्ट, विमा योजनेचा लाभ घेता येणार आहे, पण कुणीही त्याचा फायदा घेतलेला नाही. कारण लोक बँकांच्या माध्यमातून व्यवहारच करत नाहीत. त्यामुळे लोकांच्या आर्थिक देवाणघेवाणीची नोंद सरकारदरबारी होतच नाही. आर्थिक व्यवहारांची अधिकृत नोंदच होत नसेल, तर असे व्यवहार काळा पैशाच्या निर्मितीकडे नेतात. त्यावर कुणाचेच नियंत्रण असू शकत नाही. लोक बँकेचा वापर करत नसतील तर कॅशलेस व्यवहार कसे होणार?

अनेकदा काही हजारांचेच नव्हे तर लाखांचे व्यवहारही रोखीने होतात. रोखीचे व्यवहार करण्यावर मर्यादा आणली पाहिजे. रिझर्व्ह बँकेच्या माध्यमातून काही प्रमाणात अटकाव करण्यात आलेला आहे. एटीएममधून पन्नास हजारांपेक्षा जास्त रक्कम एका दिवसात काढता येत नाही. काळ्या पैशाला आळा घालण्यासंदर्भात नेमलेल्या विशेष चौकशी समितीने ३ लाखांपेक्षा जास्त रकमेच्या रोख व्यवहारांवर बंदी घालण्याची शिफारस केलेली आहे. पण ती अजूनही अमलात आणलेली नाही. वास्तविक, नोटा रद्दीकरणाबरोबरच रोखी व्यवहारांवरही मर्यादा घालता आली असती, पण सरकारने हा निर्णय घेणे टाळले आहे. वास्तविक, ही मर्यादा काही हजारांवर आणली पाहिजे, तरच अधिकाधिक व्यवहार कॅशलेस होऊ शकतील.

मोदींनी पाचशे-हजाराच्या सध्या व्यवहारात असलेल्या नोटांचे व्यवहार बंद केले असले, तरी काही दिवसांनी नव्या स्वरूपात पाचशे, हजार आणि दोन हजारांच्या नोटा बाजारात येणार आहेत. नव्या स्वरूपात मोठे मूल्य असलेल्या चलनी नोटा पुन्हा बाजारात आणण्याचा निर्णय अनाकलनीय आहे. दोन हजारांच्या नोटा कशासाठी लागतात? जेवढे नोटांचे मूल्य अधिक, तेवढे त्यांचे काळ्या पैशात रूपांतर होण्याचे प्रमाण अधिक असते. हे साधेसोपे गणित आहे. पाचशे, हजार आणि दोन हजार रुपयांच्या नोटा बाजारात आल्या, तर त्या पूर्वीप्रमाणेच रोखीने साठवल्या जातील. शंभर रुपयांच्या नोटांपेक्षा पाचशे, हजाराच्या नोटा हाताळणे सोपे असते. त्या साठवणे सोपे असते. त्यांची ने-आण करणेही सोपे असते. एकदा नव्या स्वरूपात या नोटा बाजारात आल्या की पुन्हा जोमाने काळा पैशाची निर्मिती होऊ लागेल. लोक पुन्हा रोखीने सोने खरेदी करतील. रोखीने घर खरेदी करतील. रोखीने सेकंड हॅण्ड कार खरेदी करू शकतील. रोखीच्या व्यवहारांवर नियंत्रणच राहणार नाही.

परदेशात मोठ्या किमतीच्या नोटांची छपाई केली जात नाही. रोखीच्या

व्यवहारांवर नियंत्रण आणणे हे त्याचे एक प्रमुख कारण आहे. अमेरिकेत शंभर डॉलरचीच नोट वापरात आहे. भारतात रोखीच्या व्यवहाराचे प्रमाण सर्वाधिक आहे, त्यामुळे शंभर रुपयांचीच नोट बाजारात वापरली पाहिजे. जेवढे मूल्य कमी, तेवढे रोखीचे व्यवहार कमी होतात. काळ्या पैशाच्या निर्मितीला अटकाव होतो. असे असताना पाचशे-हजाराच्या नव्या नोटा कशाला छापायच्या, याचे कोणतेही सयुक्तिक उत्तर पंतप्रधान मोदींनी दिलेले नाही. नोटा रद्दीकरणाच्या निर्णयावर नव्या नोटांमुळे पाणी फेरले जाणार आहे.

आणखी एक महत्त्वाचा मुद्दा म्हणजे देशातील असंघटित क्षेत्र. फेरीवाले, टपरीवाले, भाजीवाले इथपासून ते बांधकाम क्षेत्रातील मजूर, स्थलांतरित कामगार आदींपर्यंत अनेक रोजगार भारतात असंघटित क्षेत्रात आहेत. देशात नोकऱ्या निर्माण होण्याचे प्रमाण घटत असल्याने लोकांना रोजच्या जगण्यासाठी काही ना काही काम करावे लागते आणि पैसे कमवावे लागतात. ही संधी त्यांना मजुरी करून, खाण्यापिण्याचे स्टॉल लावून, छोटे-मोठे दुकान चालवून, फेरीवाला म्हणून काम करून मिळते. देशातील हे असंघटित क्षेत्र संघटित क्षेत्रापेक्षा कैकपटीने मोठे आहे. आणि या क्षेत्रातील व्यवहार रोखीनेच होतात. या क्षेत्रातील लोक प्राप्तिकर भरत नाहीत, कारण बहुतेकांची प्राप्तीच कर भरण्याजोगी नसते. पण त्यातील काहींचे उत्पन्न प्राप्तिकराच्या चौकटीत बसणारे असू शकते. रोखीने व्यवहार होत असल्याने या व्यवहारांवर कुणाचेच नियंत्रण नाही.

हे पाहता मोदींचा नोटा रद्दीकरणाचा निर्णय म्हणजे काळ्या पैशाला आळा घालण्याच्या मोहिमेतील अर्धीमुर्धीच साफसफाई म्हणावी लागेल. कालांतराने पुन्हा काळ्या पैशांची भरघोस निर्मिती होऊ शकेल आणि हा पैसा देशी बाजारात खेळवला जाईल. हवालामार्फत देशाबाहेरही नेला जाईल. पूर्वीचाच खेळ नव्याने सुरू होईल. त्यामुळे काळ्यापैशाविरोधाच्या लढाईत खूप पल्ला मारल्याचा आव आणण्याचे कारण नाही.

१०. नोटाबंदीमुळे ग्रामीण अर्थकारण ठप्प, तरी रहा गप्प!

आनंद शितोळे

प्रसंग पहिला
स्थळ चिंचवड

सरकारी बँकेच्या ऑफिसात माणूस गेलाय. त्याला बँकेच्या नियमानुसार २४,००० आठवड्यात असलेली मर्यादा पाळून पैसे हवेत चेक देऊन. कॅशियर हात जोडून विनंती करतो, रोकड कमी आहे ४,००० घ्या चेकवर. व्यवस्थापक तेच सांगतात. माणुसकीच्या दृष्टीने प्रत्येकाने एवढेच पैसे घ्या जेणेकरून रांगेत उभे राहिलेल्यांना काहीतरी पैसे मिळतील. पुढले काम कसे करायचे या विवंचनेत ४,००० घेऊन माणूस बाहेर पडतो. ट्रान्सपोर्ट व्यवसाय असल्याने जेवढ्या जुन्या नोटा होत्या, त्या आधीच पंपावर वापरून झाल्यात. कामाचे बिल मिळाले, तरी ते चेकने मिळणार. मात्र चालकांना पैसे रोख द्यावे लागतील.

प्रसंग दुसरा
स्थळ अहमदनगर

शेड्युल्ड बँकेचा कॅशियर स्टेट बँकेत बसलाय. त्याच्याकडे २ कोटी रक्कम आहे जुन्या नोटात भरण्याची. त्याला नव्या चलनात रोकड किमान ५० लाख हवीय खातेदारांना देण्यासाठी. सकाळी ९ वाजता नंबर लावलाय. दुपारी पाच वाजता पैसे जमा झालेत आणि उद्यासाठी १५ लाख मिळालेत. पैशाचे रेशनिंग होणार हे ९ तारखेपासून सगळ्यांना माहितेय.

प्रसंग तिसरा

स्थळ अहमदनगर

सरकारी बँकेची शहरातली शाखा. बिडी कारखानदार रांगेत उभा. त्याचे चालू खाते आणि सीसी ज्यावर महिन्याला साधारण एक कोट रुपये व्यवहार. कामगारांना पगार तुकड्यात देणे चालू आहे. चालू खात्याला मर्यादा ५०,००० ची. व्यवस्थापक स्वतः समोर येतो. मोठा खातेदार आहे म्हणून चहा पाजून विनंती करतो. पन्नास मागू नका आता फक्त २०,००० घेऊन जा. काही शे कामगार असलेला कारखानदार २०,००० कुणाला आणि किती द्यायचे या चिंतेत. बहुतांशी कामगार पद्मशाली समाजातल्या स्त्रिया ज्यामध्ये साक्षरता मुळातच कमी आहे तिथे बँकिंग माहिती असणे दुरपास्त. घर चालवणाऱ्या महिला फक्त रोखीने व्यवहार करतात. त्यांनी नोटबंदी झाल्यावरपण बँकेत पाउल टाकले नाही, कारण ५००-१००० च्या नोटा सांभाळून ठेवाव्यात एवढी बचतही नाही.

प्रसंग चौथा

छोट्या ४०७ टेम्पोने वाहतूक व्यवसाय करणारा माणूस. त्याला एका कारखान्यात काम मिळणार आहे. त्यासाठी वाहतुकीला नवी गाडी घेणे गरजेचे आहे. शोरूममध्ये मार्जिन मनी भरायला चेक पाहिजे आणि कर्ज प्रकरण करायला फायनान्स कंपनीत चेक पाहिजेत. अगदी ईसीएस करायचे म्हटले, तरी किमान पाच चेक हवेत. तीन आठवडे माणूस बँकेत चकरा मारतोय मात्र बँकेत असलेली गर्दी हटत नाही आणि त्याचे काम होत नाहीये. आधीपासून 'कॅशलेस' असलेल्या माणसाला 'कॅशलेस' व्यवहार करण्यासाठी लागणारी यंत्रणा हतबल आहे.

या सगळ्या प्रसंगांतील प्रत्यक्ष सहभागी माणसे परिचयाची आहेत. या प्रसंगात बँक शहरात आहेत आणि सरकारी किंवा शेड्युल्ड बँक आहेत. जिल्हा बँक, ग्रामीण सहकारी बँक, ग्रामीण सरकारी बँक, त्यांना मिळणारी रोकड आणि मागणी यातली तफावत याबद्दल विचारच करू नये अशी स्थिती. 'कॅशलेस अर्थव्यवस्था' ही दीर्घकालीन धोरणात्मक उपाययोजना आहे. जास्तीची रोकड पुरवणे ही एकमेव तत्काळ केली जाऊ शकणारी उपाययोजना आहे. अशा वेळी पुरेशी पायाभूत सुविधा उपलब्ध नसताना 'कॅशलेस व्हा' अशी हाकाटी उठवणे हीच खरे तर रोकड पुरवठा आणि मागणी याचे गणित साफ कोलमडून गेल्याची जाहीर कबुली आहे.

काल परवा पगार झाल्यानंतर शहरातल्या बँकांमध्ये खडखडाट आहे. त्याच्याशी सबंधित बातम्या छापून आल्यात, पण ग्रामीण भागाबद्दल कुणी बोललेले अभावानेच

दिसतेय. निमशहरी, तालुक्याच्या गावाला स्थानिक पातळीवर छोट्या सहकारी बँक कार्यरत असतात. स्थानिक संबंध, व्यवसायिक संबंध या माध्यमातून बहुतांशी लोकांची खाती या बँकेत असतात. सगळा कारभार स्थानिक पातळीवर असल्याने सेवेचा दर्जा उत्तम असतो आणि कार्यक्षेत्र तालुका किंवा जिल्हा असते. पतसंस्था अगदी गावपातळीवर एक किंवा दोन शाखा घेऊन काम करतात. नुसत्या महाराष्ट्राचा विचार केला, तर वीस हजार पतसंस्था आणि त्यांच्या एकूण पंचाहत्तर हजार शाखा आहेत. या पतपेढ्यांमध्ये दैनंदिन व्यवहार चालतात. महाराष्ट्रात एखादा दुसरा अपवाद सोडला, तर बहुतेक जिल्हा बँकांमध्ये ग्रामीण भागातल्या शेतकऱ्यांची खाती असतात. महाराष्ट्रात जिल्हा बँकेचे खातेदार आहेत सत्तर लाख. या जिल्हा बँकांमध्ये पीकविमा, पीककर्ज, शेततळे, पाईपलाईन इत्यादीसाठी सरकारी अनुदान येते. सोबत सरकारी योजना बहुतांशी जिल्हा बँकेतून राबवल्या जातात.

ग्रामीण आणि निमशहरी भागाचा कणा असलेल्या या बँकांमधले सगळे खातेदार मोजले, तर त्यांची संख्या होईल किमान दोन कोटी. या दोन कोटी लोकांपैकी किती लोकांचे खाते दुसऱ्या बँकेत असेल? पन्नास लाख? तरीही दीड कोटी उरले. या सगळ्या बँकांना जुन्या नोटा बदलायला किंवा जुन्या नोटा बदलून घ्यायला रिझर्व बँकेने परवानगी नाकारली, कारण या सगळ्या भ्रष्ट आहेत आणि यांचे राजकीय संचालक काळे पैसे पांढरे करतील ही सरकारला भीती आहे.

साधा प्रश्न आहे. हे काळे-पांढरे दिल्लीत खासगी बँकेतही झाले आणि महाराष्ट्रात सरकारी बँकेतही झाले. समजा या सगळ्या सहकारी बँका, पतपेढ्या यांना चार महिने आधी मुदत देऊन सरकारने स्पष्ट आदेश काढला असता की, विहित मुदतीत नेट बँकिंग आणि सरकारी यंत्रणेला जोडले गेले नाहीत आणि सगळ्या खातेदारांना ठरावीक कागदपत्रे सक्तीची केली नाहीत, तर रोकड पुरवठा बंद आणि बँकिंग परवाना बंद करण्यात येईल. तर सगळ्या बँकांनी नक्की पूर्तता केली असती आणि या काही हजार शाखा आणि लाखोंचे मनुष्यबळ नोटा बदलीला सरकारला उपयोगी पडले असते.

मग नोटा पुरवायची क्षमता नाही म्हणून परवानगी नाकारली आहे की सहकारच मोडीत काढायचा म्हणून परवानगी नाकारली आहे? बरे हे सगळे चोर आहेत हेही कबूल केले, तरी या बँकांमध्ये खाते असलेल्या खातेदारांना सामान्य बँकिंग अंतर्गत असलेले पैसे काढण्यासाठी रोकड पुरवठा करण्याची जबाबदारी रिझर्व बँकेचीच आहे. मात्र तिथे नेमका भेदभाव सुरू आहे.

शहरी भागात जास्तीत जास्त रोकड पुरवून बोंबा मारणारी तोंडे बंद करायची

आणि ग्रामीण भागाला तोंडी लावायला काहीतरी रक्कम हातावर टेकवून बोळवण करायची. आठवडे बाजार, ग्रामीण भागातला किराणा दुकानदार, लहान मोठी कृषी सेवा केंद्रे, अवजार विक्रेते, औषध दुकानदार, दवाखाने या नेहमी लागणाऱ्या आणि अत्यावश्यक सदरात मोडणाऱ्या व्यावसायिकांना कॅशलेस व्हायला आधी पुरेसे इंटरनेट आणि वीजपुरवठा आणि सोबत अर्थसाक्षरता या बेसिक गोष्टी पुरवल्या तर मग पुढल्या गप्पा. तिथे तर रोकड असल्याशिवाय पान हलत नाही.

अहमदनगर आणि बीड जिल्ह्यातून दिवाळीपूर्वी ऊसतोड कामगार महाराष्ट्रात वेगवेगळ्या कारखान्यांना जोडले जातात. त्यांची संख्या साधारण दोन लाख आहे. दोन लाख कामाची माणसे म्हणजे किमान लाखभर कुटुंबे आणि पाच लाख माणसे. जोडीला सव्वा लाख उचल मिळते आणि ती सगळी पाचशे-हजारच्या नोटांत. बैलगाडी जुंपून गेलेल्या कामगारांनी ऊसतोड करावी की पैसे बदलून घ्यायला रांगेत उभे रहावे ही चिंता. जिथं हे कामगार ऊसतोड करायला गेलेत, तिथल्या बँकेत खाते असण्याचा प्रश्न नाही. त्यांना आठवड्याला स्थानिक बाजारात किराणा भरला तर चूल पेटते. त्यांनी कुणाकडे बघायचे आणि दाद कुणाकडे मागायची? शेतमजूर, शहरातले असंघटित कामगार, ठेकेदाराकडे काम करणारे मजूर यांना सगळ्यांना आठवड्याला मजुरी मिळते तीही रोखीत. बहुतांशी ठेकेदारांना कारखान्याने, मालकाने दोन-दोन महिन्यांचे पैसे पाचशे-हजाराच्या नोटांमध्ये दिलेत, त्यांनी ते पैसे कामगारांना दिलेत. जर पुढले काम पाहिजे असेल, तर हेच पैसे घ्यावे लागतील ही सक्ती. कामगारांना रोजगार बुडवून कागदाच्या फोटोकॉपी हातात घेऊन बँकेच्या दारात उभे राहण्याशिवाय पर्याय नाही.

जी गत कामगारांची, तीच गत शेतमालाची. व्यापारी, आडते फोटो काढण्यापुरते कॅशलेस आणि चेकने व्यवहार सुरू केलेत म्हणून सांगतात, मात्र प्रत्यक्षात जुन्या नोटा स्वीकारण्याची सक्ती अन्यथा उधारी. पैसे मिळाले तर पुढल्या पिकाची तयारी अशी अवस्था असलेल्या शेतकऱ्याला नाईलाजाने मिळतील त्या भावात पैसे घेऊन नोटा बदलायला रांगेत उभे राहण्याशिवाय पर्याय नाही. नोटांच्या या गोंधळात ग्रामीण, निमशहरी भागात अर्थकारण ठप्प झालेय आणि चलन फिरणे पूर्णपणे थांबले आहे. अशा वेळी तळाला असलेल्या माणसांची क्रयशक्ती कमी झाली, तर पुढे काय होते हे सांगायला कुणी अर्थशास्त्रज्ञ असावे लागत नाही.

या गोंधळात नोटा पुरवठ्याची अवस्था काय आहे? स्थानिक पातळीवर एका मोठ्या सरकारी बँकेच्या वरिष्ठ अधिकाऱ्याने दिलेल्या माहितीनुसार हे सगळे सुरळीत

व्हायला आणि पैसे काढण्यावर असलेली बंधने पूर्णपणे हटवायला किमान सहा-आठ महिने जातील. ८६ टक्के चलन बाजारातून काढून घेतल्यावर दुसरे काय अपेक्षित आहे? त्यातच पंतप्रधान नरेंद्र मोदी सांगतात की, पन्नास दिवस कळ काढा आणि अर्थमंत्री अरुण जेटली पत्रकार परिषदेत अजून दोन तिमाही म्हणजे सहा महिने लोकांना त्रास सहन करावा लागेल हे सांगतात. सहा महिने म्हणजे अर्ध वर्षं ही अर्थव्यवस्था मोडून पडायला पुरेसा वेळ आहे. हे गाडे मंदीच्या चक्रात जर अडकले, तर पुन्हा रुळावर यायला किमान दोन वर्षं लागतील. तोवर तळाशी असलेली जनता जगणार कशी?

आता काही मूलभूत प्रश्न.

या चलनबदली किंवा बंदीसाठी नेमका खर्च किती? म्हणजे जुन्या नोटा बदलून नव्या नोटा छापून घेणे, त्या वितरित करणे, जुन्याची विल्हेवाट लावणे, नव्या वितरित करताना बँकिंग व्यवस्थेवर पडलेल्या ताणामुळे इतर काम ठप्पे आहेत. चलन तुटवडा आणि त्याचे परिणाम, एकूण नुकसान, व्यापाराचे झालेले नुकसान याचीही आकडेवारी समजायला हवी. निर्णय घेतल्यावर त्याचे फायदे आणि अनुषंगिक तोटे, नुकसान याचा विचार करता जर हा व्यवहार तोट्याचा ठरला, तर मग देशाने नेमके काय मिळवले आणि काय गमावले?

akshitole@gmail.com

११. मोदींचा देशांतर्गत 'सर्जिकल स्ट्राईक', ८२ ठार!

कॉ. भीमराव बनसोड

पंतप्रधान नरेंद्र दामोदरदास मोदी यांनी आठ नोव्हेंबराला अचानक रात्री आठ वाजता देशाच्या चलनातील १०००-५०० च्या नोटा बाद झाल्याची घोषणा केली. त्याबरोबर देशात एकच हाहाकार उडाला. सर्वसामान्य जनतेत त्यांच्याकडे असलेल्या अशा नोटा मुदतीत बदलवण्याची घाई तर झालीच, पण त्यांचे दैनंदिन व्यवहारही ठप्प झाले. मजुरांचा रोजगार बुडाला, व्यापाऱ्यांचा व्यापार बंद झाला, मार्केट कमिट्या ओस पडल्या, वाहतूक थंडावली, विदेशी पर्यटक पस्तावले, देशी पर्यटक धास्तावले, काही उपाशी राहिले, बाहेरून शिकायला आलेल्या विद्यार्थ्यांमध्ये चलबिचल झाली, घर मालकांनी भाडे विलंबाची सवलत दिली. बऱ्याच लोकांनी एकमेकांच्या अडचणी समजून घेतल्या. घरातील आबालवृद्ध, पेंशनर्स, मुले-मुली व महिलाही सकाळी पाचपासून घराबाहेर पडले. त्यातील काही बँकेसमोर उभे राहिले, काही एटीएमसमोर गेले. काहींना जुन्या नोटा बदलायच्या होत्या, तर काहींना नव्या नोटा घ्यायच्या होत्या. काहींनी मुलींच्या लग्नाचा मुहूर्त काढला होता. काहींनी घर बांधायला काढले होते, काही आजारामुळे दवाखान्यात ॲडमिट झाले होते. त्यासाठी पैसे जरुरी होते. आपले कष्टाचे असून व काळा नसूनसुद्धा सरकारच्या निर्बंधामुळे आवश्यक तेवढे पैसे मिळत नव्हते. जी रक्कम निघत होती ती फक्त २०००ची नोट होती. किरकोळ कामासाठीही २०००चीच नोट एटीएममधून निघत होती. १००च्या नोटेवर अजून बंदी नव्हती, पण तिचा तुटवडा होता व ५००च्या अजून छापल्या नव्हत्या. जी छापली ती

२000ची नोट घ्यायला लोक घाबरत होते. त्यावरील रंग उडतो म्हणून नव्हे, (कारण तीच तर अस्सल नोट होती, तसे मंत्र्यांनी जाहीर केले होते) पण सुटे द्यायलाच कोणी तयार होत नव्हते. उधार घेऊन जा, पैसे नंतर द्या, पण २००० ची नोट देऊ नका असे सांगत होते. मग ती घेऊन करायचे काय, असा प्रश्न सामान्यांपुढे होता.

अशात मोदींनी देशातील जनतेला विविध सवलती देण्याचा सपाटा लावला. त्यात विमानतळावर पार्किंग फुकट ठेवली. विमानतळावर कोणते आणि किती लोक कोणती पार्किंग करतात? जेथे सामान्य लोक जातात तेथे ती फुकट नव्हती. रेल्वे स्टेशनवर जुन्या ५००-१००० च्या नोटा घ्यायची परवानगी दिली, पण जवळच्याच स्टेशनवर जाणाऱ्या लोकांना २० रुपये घेऊन ९८० वा ४८० रुपये किती लोकांना परत करता येतील? तिकीट देणारे व घेणारेही या सवलतींनी वैतागले होते. पेट्रोल पंपावर ५०० रुपयाच्या कमी पेट्रोल दिले जात नव्हते. गरज नसताना घ्यावे लागत होते. सवलतींचा हा परिणाम झाला होता. यातून एकच बरे झाले ते म्हणजे १०००-५०० च्या लपेट्यात, १०० ची नोट सापडली नाही. मोदींचा 'निर्णय' तेथपर्यंत गेला नाही, अन्यथा जनतेच्या हालात आणखीच वाढ झाली असती.

या निर्णयामुळे बँकेच्या कर्मचाऱ्यांवरील कामाचा ताण वाढला, ते वैतागले, तर रांगेच्या व्यवस्थेतील पोलीस व सिक्युरिटी गार्ड हैराण झाले. सावलीतील कर्मचाऱ्यांची ही परिस्थिती तर उन्हात असलेल्या रांगेतील म्हाताऱ्यांची काय असेल? काही मूर्च्छा येऊन पडले. दवाखान्यात नेले तर डॉक्टरांनी मृत घोषित केले. काहींनी दवाखान्यात नेण्याचीही उसंत दिली नाही. ते आधीच बी.पी., डायबेटीसने जर्जर झाले होते. त्यांना जाग्यावरच अटॅक आला. कारण तीन तीन दिवस रांगेत राहूनही पैसे मिळत नव्हते. मुलींच्या लग्नाचा मुहूर्त टळेल की काय अशी त्यांना धास्ती होती. म्हणून काहींनी घरातच फाशीचा दोर जवळ केला, तर काहींनी विष घेतले. पैशाअभावी इलाज न होऊ शकल्याने काहींनी दवाखान्यात दम सोडला, तर बिल चुकते करू न शकल्याने त्यांचे पार्थिव मिळण्यास उशीर झाला.

देशभरात आजपर्यंत अशा एकूण ८२ लोकांनी आपली जीवनयात्रा संपवून टाकली. त्यामुळे सर्वसामान्यात सर्वत्र आक्रोश पसरला. त्यांना दिलासा देण्यासाठी विरोधी पक्षातील लोकांनी पाण्याचे पाउच, बिस्किटचे पुडे वाटप केले, काहींनी चहा पाजला, पण एवढ्या ऊर्जेने किती दिवस तग धरतील. भाजप व स्वयंसेवकांनीही अशी मदत करण्याचा प्रयत्न केला, पण लोकांनी ते नाकारले. तेव्हा मोदीभक्त म्हणतात त्याप्रमाणे असा 'धाडसी' निर्णय यापूर्वीच्या कोणत्याच पंतप्रधानांनी गेल्या

७० वर्षात घेतला नाही हे खरेच आहे. पण हा निर्णय 'धाडसी' आहे की 'घातकी' आहे लवकरच जनतेच्या लक्षात येईल.

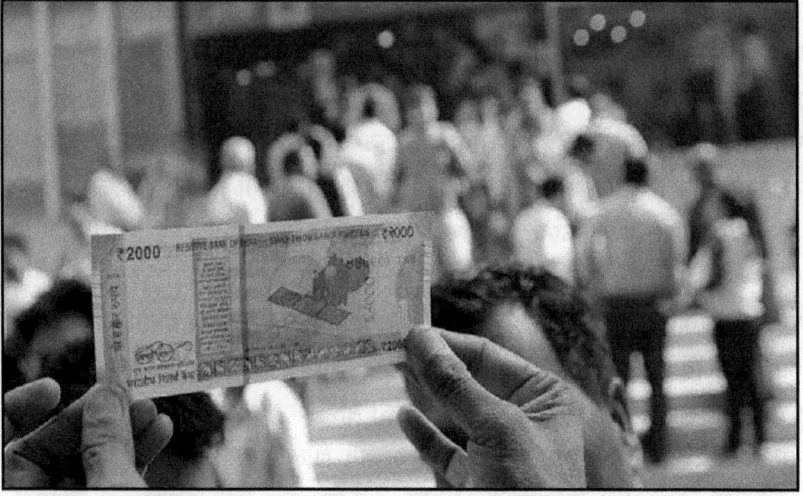

मोदी म्हणतात त्याप्रमाणे भ्रष्टाचार, काळ्या पैशाविरुद्धच्या लढाईची ही तर केवळ सुरुवात आहे. शेवटपर्यंत किती बळी जातील ते आत्ताच सांगता येत नाही. कारण रांगेत, फाशी किंवा विष घेणाऱ्यांत कोणीही काळा पैसेवाले अथवा भ्रष्टाचारी नव्हते. ते तर निवांत होते. कारण याची बातमी आधीच लीक केल्याने त्यांना घरपोच नवीन नोटा आधीच मिळाल्या होत्या, काहींना आताही मिळत आहेत. काही कर्मचाऱ्यांनी यातही आपले हात 'धुवून' घेतले.

हा एवढा गहजब कशासाठी? तर देशाच्या विकासासाठी, भ्रष्टाचार मुळापासून नष्ट करण्यासाठी, काळा पैसा बाहेर काढण्यासाठी. रांगेतील बहुसंख्य लोकांना तसेच वाटत होते. कारण मोदींनीच आपल्या भाषणात तसे सांगितले होते. यापूर्वी त्यांनी सांगितल्याप्रमाणे 'अच्छे दिन' येतील आणि आपल्या खात्यावर १५ लाख रुपये भरले जातील म्हणून तर त्यांना सत्तेवर बसवले. होईल आपल्याला चार-आठ दिवस त्रास, पण देशासाठी एवढेही करायला नको का? मोदी एकटेच काय काय करतील? आपण त्यांना साथ द्यायला पाहिजे, अशीच सार्वत्रिक भावना होती. मोदीभक्तही तसेच सांगत होते. महाराष्ट्राच्या मुख्यमंत्र्यांनी तर रांगेतील लोक म्हणजे 'स्वातंत्र्य सैनिक'च असल्याचे जाहीर केले. रांगेत जे मेले, ज्यांनी फाशी घेतली, विष प्राशन

केले ते तर 'शहीदच' झाले होते. त्यामुळे पुढे कधी काळी आपल्या वारसांना याचा फायदा मिळेल अशी काहींना आशा वाटत असावी. आतापर्यंततरी अशी 'देशभक्ती' कोणाच्या वाट्याला आल्याचे ऐकिवात नाही. देशभक्तीची ही झिंग इतकी जबरदस्त आहे की, मोदींनी तर आपल्याला विदेशातील काळा पैसा आणतो असे आश्वासन दिले होते, विदेश सोडून देशातच त्यांनी आपल्यावर ही काय बला आणली, याचेही भान सर्वसामान्य जनता हरवून बसली आहे.

तरीही रांगेतील काही तुरळक लोकांच्या मनांत प्रश्न आलाच, साला, विकास हा असा असतो? त्यात तर सुख आणि आनंद असतो असे वाटले होते, येथे तर दुःखच दुःख दिसते. काळा पैसा बाहेर काढण्यासाठी आपल्याच लोकांना फाशी घ्यावी लागते? विजयेंद्र मल्यासारखे लोक तर तो घेऊन लंडनमध्ये अर्धवट कपडे घातलेल्या तरुणीसोबत मजा करत आहेत आणि आपण येथे विष घेऊन जीवनच संपवत आहोत. ललित मोदीसारख्या भ्रष्टाचाऱ्यांना तर मोदींच्याच मंत्रीमंडळातील मंत्र्यांनी विदेशात जाण्यासाठी सर्वतोपरी मदत केली होती, हे तर जगजाहीर आहे. असे 'शेकडो लोक विदेशात मौज करीत आहेत, त्यांना कायद्याचा धाक वाटत नाही' असे परवा सर्वोच्च न्यायालयानेच जाहीर केले आहे. त्यांचा बंदोबस्त मोदी का करत नाहीत? ते तर त्यांना तिकीट काढून सुखरूप बाहेर पाठवून देतात. हे कसे? भ्रष्टाचाराला आळा घालण्यासाठी, काळा पैसा बाहेर काढण्यासाठी, अतिरेक्यांचा बंदोबस्त करण्यासाठी राज्य व केंद्र सरकारकडे अँटी करप्शन ब्युरो आहे, आय डी, इन्कम टॅक्स डिपार्टमेंट आहे, एनआयए, एटीएस, आयबी, सीआयडी, कर्तव्यदक्ष पोलीस व तुरुंग अधिकारी अशी मोठमोठी यंत्रणा दिमतीला आहे. मग ती काय काम करते? त्यासाठी आमच्यासारख्या सर्वसामान्य जनतेला वेठीस धरण्याचे काय कारण?

ज्या उद्योगपतींनी प्रचंड कर्जे काढून देशातील बँका बुडवल्या व विदेशातील स्विस बँकांची धन ज्यांनी केली, त्यांची तर यांच्याकडे यादी आहे. जगभर फिरल्यामुळे विदेशांशी चांगले संबंध आहेत, पण त्यांच्यावर काहीही कार्यवाही न करता आम्हालाच आमचेच पैसे बेकायदेशीर जाहीर करण्याचा धाक दाखवून, रांगा लावून बँकेत भरायला भाग पाडतात आणि आमचेच पैसे काढायला वाटेल त्या मर्यादा घालतात, हे कसे काय? ज्यांनी बँका बुडवल्यात, त्यांच्याशीसुद्धा यांची घनिष्ठ मैत्री आहे. देशाबाहेरील विविध बेटावर बोगस कंपन्या दाखवून, फालतू करार करून काळा पैसा कसा निर्माण होतो याचा पनामा पेपर्सनी गौप्यस्फोट केला आहे. त्यात आपल्या देशातील अभिताभ बच्चन, अजय देवगण, ऐश्वर्या राय यासारख्या नट-नट्यांची नावे आहेत. हे मोदी

सरकारला चांगले माहीत आहे. याच कागदपत्रांच्या आधारे पाकिस्तानचे पंतप्रधान नवाझ शरीफ यांच्यावर कोर्टात निदान खटलातरी दाखल झाला आहे. आपल्याकडे काय?

याबाबत काहीही कार्यवाही न करता, जनतेला आवाहन करताना उगीचच गहिवरून येणे, डोळ्यात अश्रू आणणे आणि 'मला जाळून मारण्याचा काहींचा प्रयत्न आहे, पण मी देशासाठी त्यालाही तयार आहे, पण तुम्ही देशासाठी आणखी ५० दिवस त्रास सहन करा, त्यानंतर मी सर्व नीट करतो' असे जनतेकडे आर्जव करणे, हे जनतेचे इमोशनल ब्लॅक मेलिंगच नव्हे काय?

मोदींनी दावा केल्याप्रमाणे नोटाबंदीच्या महिनाभरानंतरसुद्धा काहीही घडण्याची सुतराम शक्यता दिसत नाही. कारण अतिरेकी अजूनही पूर्वीइतकेच कार्यक्षम आहेत. नुकताच त्यांनी पंजाबातील तुरुंग फोडला आहे. त्यातून काही खूंखार अतिरेकी पळून गेले आहेत. काही अतिरेक्यांकडे नवीन करकरीत २००० च्या नोटा सापडल्या आहेत. याबाबत मोदीभक्तांकडून असे सांगितले जाते की, काश्मीरमध्ये अतिरेक्यांकडून तेथील जनतेला दगड मारण्यासाठी प्रतिदगड ५०० रुपयाची नोट देण्यात येत होती. पण ती आता बंद झाल्याने तेथे आता दगड मारणेही बंद झाले आहे. हे तद्दन खोटे आहे. तेथे जी शांतता दिसते, ते तेथे लावलेल्या कर्फ्यू व इतर दडपशाहीमुळे आहे. ती तशीच पुढेही राहील असे नाही. दुसरे म्हणजे जे अतिरेकी ५००-१००० च्या नोटा

छापू शकतात ते २०००च्या का छापू शकणार नाहीत? त्यांनीच छापल्या असल्यामुळे जे एका दगडाला ५०० ची नोट देऊ शकतात ते २००० ची नोट का देणार नाहीत?

भ्रष्टाचाराची जी प्रकरणे आता बाहेर येत आहेत, त्यात नवीन नोटांचाच वापर केला जात आहे. २००० च्या नोटा पुरेशा प्रमाणात उपलब्ध असताना बाद झालेल्या जुन्या नोटांचा कोण आणि कशासाठी वापर करेल? या सर्व वाढत्या प्रकरणामुळे भ्रष्टाचार, काळा पैसा व अतिरेक्यांचा बंदोबस्त करण्याच्या पंतप्रधान मोदींच्या आवाहनाबद्दल, त्यांच्या प्रामाणिकपणाबद्दलच शंका निर्माण व्हावी.

मोदींना खरेच काळा पैसा बाहेर काढायचा असता, तर भाजपसह सर्व राजकीय पक्षांच्या आर्थिक व्यवहाराला त्यांनी माहितीच्या अधिकाराच्या कक्षेत आणले असते. पण मोदींनी त्यास कडाडून विरोध केला आहे. विद्यमान केंद्र सरकारने तसे प्रतिज्ञापत्र सर्वोच्च न्यायालयात दाखल केले आहे. दुसरे असे की, ते केंद्रात सत्तेत आल्यापासून अजूनही त्यांनी लोकपालाची नियुक्ती केली नाही. ते गुजरातचे मुख्यमंत्री असतानाच्या १५ वर्षांच्या काळात कधीच राज्यात लोकपालाची नियुक्ती केली नाही. पण नोटाबंदी निर्णयाच्या सुरुवातीला जेथे दुसऱ्या फळीतील डावेही भांबावले होते. त्यातील बऱ्याच जणांना मोदींनी हे चांगले काम केले असेच वाटले. या निर्णयाने काळा पैसा बाहेर येईल म्हणून काहींनी याला १०० पैकी १०० तर काहींनी ९० मार्क्स दिले. काही मूग गिळून बसले. डावे, परिवर्तनवाद्यांची ही परिस्थिती तर रांगेतील सर्वसामान्यांची काय असेल? याची आपण कल्पना करू शकतो. उर्वरित विरोधी पक्षांनी तर सुरुवातीला या निर्णयाचे स्वागतच केले होते. जेव्हा जनतेला त्रास व्हायला लागला, तेव्हामात्र अंमलबजावणीच्या पातळीवर, पुरेशी पूर्वतयारी न केल्यामुळे त्या मुद्द्यावर त्यांनी विरोध करायला सुरुवात केली.

ते काहीही असो, पण खरेच, या नोटाबंदीच्या हालअपेष्टातून देशातील भ्रष्टाचार नष्ट होईल काय? अजिबात नाही. आताही भ्रष्टाचाराची अनेक प्रकरणे उघडकीस येत आहेत. खुद्द नोटा बदलण्याच्या प्रक्रियेतही स्वत: बँक कर्मचारीच सामील असल्याचे प्रकरण उस्मानाबादच्या पोलीस स्टेशनला दाखल झाले आहे. काळा पैसातरी बाहेर येईल काय? किंचितसा म्हणजे फारतर पाच-सहा टक्के येईल. ज्यांनी टॅक्स चुकवून १०००-५०० च्या नोटांच्या स्वरूपात आपल्या घरात ठेवला असेल तेवढाच, पण या भांडवली व्यवस्थेत मूर्ख लोकच या स्वरूपात काळा पैसा ठेवतात, हुशार लोक तो व्यवहारात, चलनात, सोन्या नाण्यात, जड-जवाहिऱ्यात, जमीन-जुमल्यात, रिअल इस्टेटमध्ये ठेवतात. त्यामुळे ९०-९५ टक्के काळा पैसा आजही सुरक्षित आहे. आपल्या

देशातील बँकेत ज्यांनी असा काही पैसा ठेवला असेल, त्यांच्यावर थोडीफार टाच येऊ शकेल, पण ज्यांनी विदेशातील स्विस व इतर बँकेत असा पैसा ठेवला असेल त्यांचे काहीही बिघडणार नाही.

मग मोदींनी हा एवढा खटाटोप करून तमाम जनतेला हालअपेष्टांत का बरे लोटले असावे? त्यांची ही 'सोची समझी नीती' आहे. त्यांचे खासगीकरणाचे, आधुनिकीकरणाचे नवीन आर्थिक व औद्योगिक धोरण पुढे रेटण्याचाच त्यांचा हा जोरदार प्रयत्न आहे.

नोटाबंदीच्या निमित्ताने 'कॅशलेस सोसायटी' तयार करण्याचे उद्दिष्ट अर्थमंत्र्यांनी जाहीर केले आहे. पण भारतातील ग्रामीण व अतिदुर्गम भागातील जनतेसाठी ते इतके सोपे नाही. पण जे काही होईल त्यातून एटीएम, सी.डी.एम., मोबाईल ॲप्स, इंटरनेट बँकिंग यामुळे प्रत्येक व्यवहाराची नोंद बँकेत होणार आहे. त्याशिवाय हा व्यवहारच होऊ शकत नाही. त्यामुळेही टॅक्स चोरी करणे कठीण जाईल. परिणामी जमा होणाऱ्या टॅक्सच्या रकमेचा उपयोग देश विकासाच्या नावाखाली बडे भांडवलदारच घेऊ शकतील. अशा कॅशलेस व्यवहारातून रोखीने व्यवहार करणारे लहान व्यावसायिक नष्ट होणार नाहीत, पण रोख व्यवहार कमी झाल्याने त्यांचे आर्थिक नुकसानमात्र होणार आहे. या नोटाबंदीमुळे अशा वापराकडे शहरवासीयांचा कल पूर्वीपेक्षा मोठ्या प्रमाणात वाढणार आहे.

राज्यकर्ता वर्ग आपली सत्ता टिकवण्याबरोबरच आपली धोरणे राबवण्यासाठी जनतेतील जातीय व धार्मिक भावनांचा गैरवापर करत असतो. त्यासाठी आपली आर्थिक गरज व जनतेतील भावनांशी त्याचा मेळ कसा घालता येईल याचे डावपेच सत्ताधारी वर्ग आखत असतो. त्याकरता जनसमूहांच्या भावनांचा, मानसिकतेचा अभ्यास करणारे मानसतज्ज्ञही त्यांच्या दिमतीला असतात. त्यामुळे सरकार घेत असलेली धोरणे ही तमाम जनतेच्या फायद्यासाठीच घेतली असल्याचा भास ते देशवासींयापुढे निर्माण करतात. आपल्या देशातील भांडवलदारवर्गाचे केंद्रीय पातळीवरील काँग्रेस आणि भाजप हे दोन पक्ष आहेत. त्यापैकी भाजप हा सध्या याबाबतीत अग्रेसर आहे. त्यांनी १९९२ मध्येही लोकांतील धार्मिक भावनांचा दुरुपयोग करून 'मंदिर वही बनायेंगे' चा नारा देऊन, धार्मिक दंगली घडवल्या व केंद्रीय सत्ता ताब्यात घेतली होती. आता हे तसे जुने झाले असल्याने त्यात त्यांनी काही नवीन बाबींचा समावेश केला आहे. त्यानुसार सर्वसामान्य लोकांच्या अर्थशास्त्रीय अज्ञानाचाही ते गैरफायदा घेत असल्याचे या निर्णयातून जसे जाणवते, तसेच लोकांतील चांगल्या असलेल्या 'देशभक्ती'च्या भावनांचा दुरुपयोग करत असल्याचेही दिसून येते. त्यांनी सत्तेत आल्यापासून देशद्रोही व देशभक्तीच्या वादातून या बाबी ठळकपणे पुढे आणल्या आहेत. आताही नोटाबंदीचा निर्णय अंमलात आणण्यासाठी व त्याला जनतेची साथ मिळवण्यासाठी त्यांनी लोकांना 'देशभक्ती'ची झिंग चढवली आहे. ती उतरायला काही काळ जाऊ देणे आवश्यक आहे.

लेखक मार्क्सवादी कार्यकर्ते आहेत.

१२. काळा पैसा, अर्थहीन क्रांती आणि कॅशलेस सोसायटी

आनंद शितोळे

काळा पैसा नेमका कसा तयार होतो, हे समजून घ्येण्यासाठी फक्त बुद्धीची कवाडे उघडी असायला हवीत. बाकी तज्ज्ञ असावे, अशी काही अपेक्षा नाही. हजारो-लाखो नोकरदार माणसे, व्यावसायिक वेगवेगळ्या व्यवसायांमधून, नोकरीतून उत्पन्न मिळवतात. ज्यांचे उत्पन टीडीएस कपात होऊन येते, असे कोट्यवधी लोक आहेत. तसेच सगळा व्यवसाय पूर्णपणे बिलासह करणारेही कोट्यवधी लोक आहेत. झालेले उत्पन हे लोक बँकेतून काढून आणतात आणि मग किराणा, दूध, कपडे, औषधे आणि इतर वेगवेगळ्या खर्चांसाठी वापरतात. जिथे तुम्ही पैसे देता, तिथे जर त्याचे कुठलेही बिल तयार होत नसेल, तर तिथपासून काळ्या पैशाला पहिली सुरुवात तिथे होते.

सरकारी कार्यालयात वेगवेगळ्या ठिकाणी अधिकृत आणि अनधिकृतरीत्या पैसे भरावे लागतात. सरकारी ऑफिसेसमध्ये, आरटीओसारख्या ठिकाणी जास्तीचे पैसे कसे द्यावे लागतात अन्यथा चार-पाच दिवस रोजगार बुडवून कसे नडवले जाते, हे उघड गुपित आहे. (हे सगळे राजरोसपणे चालते. मात्र या सगळ्याला अटकाव करण्याची ताकद सरकारमध्ये आहे. 'मी लाच देणार नाही', असे कुणी म्हणाला, तर त्याचे पुढे काय होते आणि त्याच्या कामाचे काय होते, हा संशोधनाचा आणि तितकाच मनोरंजनाचा विषय आहे.) हे पैसे सरळ काळे पैसे बनतात. वास्तविक, हे पैसे तुम्ही काम करून, रीतसर कर भरून बँकेतून काढलेले असतात.

तुमच्या बचतीमधून तुम्हाला घर घ्यावे वाटते, तेव्हा काही अपवाद वगळता बहुतेक बांधकाम व्यवसायिक, इस्टेट एजंट तुम्हाला सरकारी दराप्रमाणे खरेदी आणि उरलेले पैसे रोख द्यायला सांगतात. ज्या क्षणी तुम्ही तुमचे बँकेतून काढलेले पैसे त्याला रोख सुपूर्द करता, त्या क्षणी पांढरा पैसा काळा होतो. तुम्ही कुणाकडून पैसे उसने आणलेत, तरीही ते परत देताना तुम्हाला तुमच्या पगारातून द्यावे लागतात. मग हे नोकरशहा, छोटे-मोठे व्यावसायिक जेवढा कर भरतात, त्याशिवाय जमवलेल्या जास्तीच्या पैशांच्या जमिनी खरेदी करतात आणि काळ्या वर्तुळात काळा पैसा फिरायला लागतो. मग भाजीपाला, किराणा भुसार यांचे बिल नसेल, पण बाकी वस्तूंचे काय, असा प्रश्न उत्पन्न होतो.

सगळेच उत्पादक उत्पादन केलेल्या सगळ्याच मालावर उत्पादन शुल्क किंवा विक्रीकर भरत नाहीत, तर उत्पादनातला काही भाग सरळ काळ्या बाजारात बिलाशिवाय विकून टाकतात. या उत्पादनाचा प्रवास तुमच्या घरापर्यंत थेट बिलाशिवाय होतो आणि तिथे काळा पैसा तयार होतो. या उत्पादकांना अटकाव करण्याची, त्यांना लगाम घालण्याची जबाबदारी सरकारी यंत्रणांवर म्हणजे उत्पादन शुल्क आणि विक्रीकर विभागावर असते. उत्पादकाकडून लाच घेऊन संबंधित उत्पादन काळ्या बाजारात विकायला हेच विभाग परवानगी देतात. ही साखळी थेट मोठ्या नोकरशहांमुळे आणि राजकारणी नेत्यांच्या आशीर्वादामुळे सुशेगात चालते. मग या राजकारणी, नोकरशहा आणि उद्योगपती लोकांचा काळा पैसा हवालामार्गे परदेशात जाऊन पुन्हा राजरोसपणे शेअर बाजारात, जमिनीत आणि परदेशी गुंतवणुकीच्या स्वरूपात देशात येतो आणि पांढरा बनून जातो. ज्या क्षणाला बाजारात नव्या चलनाची नोट आली आणि पावतीशिवाय खर्च झाली, त्या क्षणी पुन्हा काळा पैसा निर्माण व्हायला लागला.

मग याला उपाय काय?

पहिला भाग म्हणजे, काळ्या बाजारात उत्पादन येऊच नये अशी व्यवस्था सरकारने करणे आणि दुसरा पर्याय म्हणजे, सगळे व्यवहार बँकेने करणे; ई-पेमेंट वापरणे. दूध-भाजीपाला असल्या किरकोळ गोष्टी रोखीने चालतील, पण मोठे खर्च मात्र कार्ड पेमेंटने करावेत. त्यासाठी पायाभूत सुविधा आणि सक्षम बँकिंग व्यवस्था असायला हवी. व्यावसायिक लोकांकडे कार्ड पेमेंटची सुविधा हवी आणि बँकिंग सुलभ असायला हवे. कार्ड पेमेंटसाठी प्रत्येक नोंदणीकृत दुकानदाराला कार्ड मशीन बसवण्याची सक्ती असायला हवी.

आता बँक.

भारतात दर ९५०० लोकांमागे एक बँक आहे. हे प्रमाण अतिशय कमी आहे. अरुणाचलमधल्या दिबांग खोऱ्यात आणि लोंगलेंग खोऱ्यात फक्त एक बँक आहे. ६७७ जिल्ह्यांपैकी २५३ जिल्ह्यात १००पेक्षा कमी बँक आहेत. ३८ जिल्ह्यात १०पेक्षा कमी बँक आहेत. बिहारमधल्या सिधवा तालुक्यात १५८ गावांसाठी एक बँक आहे. नवी दिल्ली जिल्ह्यात ३४६८ बँक आहेत आणि ईशान्य आणि पूर्व दिल्लीत प्रत्येकी पाच आणि नऊ बँक आहेत. किमान तीन-चार किलोमीटर परिसरात एक किंवा ३००० लोकांसाठी एक बँक असे प्रमाण ठेवले आणि त्यांना प्रभावीपणे इंटरनेट बँकिंगची सुविधा पुरवली आणि सोबत लोकांना त्या तऱ्हेने प्रशिक्षण दिले, तर मग पुढल्या सुधारणा करण्यात अर्थ आहे. पायाभूत सुविधा नसताना निर्णय घेऊन राबवण्यात अनागोंदी निर्माण होण्याचा धोका असतो.

ज्या छोट्या-मोठ्या नोकरदार मंडळींचा काळा पैसा बुडला आहे किंवा ज्या व्यावसायिकांना या निर्णयाची झळ पोहोचली आहे आणि अशा लोकांकडे जाण्याशिवाय सामान्य माणसांना पर्यायच नसतो, असे लोक येणाऱ्या काळात नव्या नोटांसाठी अडवणूक करून दुप्पट वेगाने काळा पैसा पुन्हा निर्माण करणार. आरोग्यविषयक सुविधा किंवा सरकारी कामाचे रेट दुप्पट होणार आणि परिस्थिती आहे त्यापेक्षा अजून जास्त अवघड होत जाणार.

२००० रुपयांच्या १७ नव्या नोटांची लाच घेताना कोल्हापूरमधल्या जिल्हा परिषद कर्मचाऱ्याला पकडले आहे. सरकारी बाबूंनी काळा पैसा गोळा करण्याचा पुन्हा श्रीगणेशा केलेला आहे. या श्रीगणेशाला आणि काळ्या बाजारातल्या उत्पादनाला सरकारी यंत्रणा कशी वेसण घालते, हा खरा कळीचा मुद्दा आहे आणि सध्याच्या निर्णयात याच घटकांना अजिबात हात लावलेला नाही. प्रश्न माणसांच्या वृत्तीचा आहे.

या नोटाबंदीच्या अनागोंदीत अनिल बोकील पुढे आले आणि 'हे सगळं माझ्यामुळे झालंय' म्हणून छाती ठोकून सांगायला लागले. मुळात बोकिलांची अर्थक्रांती काय आहे आणि मोदी सरकारचा निर्णय बोकिलांची अर्थक्रांती राबवतो की अजून कुणी आहे? मोठ्या नोटा बाद करणे हा त्यांच्या अर्थक्रांतीचा पहिला मुद्दा आणि सगळ्यात जास्त चर्चा केला गेलेला मुद्दा.

सरकारने २००० च्या आणि ५००च्या नोटा पुन्हा चलनात आणून नेमका हाच मुद्दा निकालात काढलेला आहे. या गोष्टीला रस्ता, वळणरस्ता असली काहीतरी उदाहरणे बोकील देताहेत, पण मोठी नोट पुन्हा चलनात आल्याने अर्थक्रांती यशस्वी कशी होईल, हे ते सांगत नाहीत. त्यांचा दुसरा आवडता मुद्दा म्हणजे 'सगळे व्यवहार बँकेमार्फत, चेकने किंवा ई-पेमेंट करावेत', असा आहे. त्यांचा तिसरा मुद्दा म्हणजे, सगळे कर बाद करून फक्त बँक-व्यवहारावर एकच व्यवहार कर असावा. मुळात या बदलाला किंवा सुधारणेला 'अर्थक्रांती' म्हणणे अयोग्य आहे.

क्रांती म्हटली की झटक्यात बदल आला. मात्र हा झटका देताना कुणाकुणाला किती फटके बसतील, हेही बघितले पाहिजे. ज्यांना बसायचा त्यांना फटका न बसता ज्याचा काळ्या पैशाशी संबंध थेट नाही, अशा सामान्य माणसाला मजबूत झटका आणि फटका बसला, तर परिस्थिती अवघड होऊन बसते आणि सध्यातरी नेमके तसेच होताना दिसते आहे.

बोकिलांचा हा सगळा उपद्व्याप काळा पैसा आणि भ्रष्टाचार कमी होण्यासाठी आहे. काळा पैसा नेमका कसा तयार होतो, हे वर सांगितलेले आहेच. मात्र सरकारने बोकिलांच्या याही मुद्द्याला सुशेगात चुना लावलाय. नोटांचा खेळ सुरू झाला, त्या दरम्यान सरकारने एक महत्त्वाचा निर्णय घेतला. तो नेमका काय? तर यापुढे कुठल्याही सरकारी कर्मचाऱ्यावर भ्रष्टाचाराच्या आरोपावरून खटला भरायचा असेल किंवा त्याची चौकशी करायची असेल, तर आता त्यासाठी सरकारची परवानगी लागणार आहे. म्हणजे उद्या एखादा कर्मचारी पकडला गेला, तरीही त्याच्यावर खटला चालवायलामात्र

सरकारची परवानगी लागणार. सरकारी बाबू, प्रशासन आणि सरकार हे सगळे एकमेकांना कसे सांभाळून घेतात, हे उघड गुपित आहे.

नोटा बदलल्या तरीही कर्मचारी लाच घ्यायचे थांबणार नाहीत आणि काळा पैसा निर्माण होणे थांबणार नाही, हे नव्या नोटांची लाच घेतलेल्या कोल्हापूरमधल्या जिल्हा परिषद कर्मचाऱ्याने दाखवून दिले आहे. तरीही लाचेच्या स्वरूपात असलेला हा पैसा मर्यादित आहे. तो थेट सर्वसामान्य लोकांकडून घेतला जातो. मात्र मोठे उद्योगपती स्वतःची उत्पादनं उत्पादनशुल्क न भरता आणि पुढे विक्रीकर न भरता बाजारात विकतात आणि ती साखळी थेट ग्राहकापर्यंत येते. पुढे हा काळा पैसा मनी लाँडरिंगच्यामार्फत पुन्हा राजरोसपणे रियल इस्टेट, शेअर बाजारात कसा येतो, हेही सगळ्यांना माहिती आहे. ही साखळी तोडण्यासाठी पहिल्यांदा सरकारी कर्मचाऱ्यांना वेसण घालायला हवी आणि उत्पादकांना जबरदस्त दंड आणि वेळप्रसंगी तुरुंगवास अशी शिक्षा असायला हवी. याही पातळीवर सगळाच आनंदीआनंद आहे!

बोकिलांचा अजून एक मुद्दा म्हणजे, सगळे कर बंद करून एकच बँक-व्यवहार कर लागू करावा. ही वरवर अत्यंत आकर्षक वाटणारी योजना आहे. उदा. रोजंदारीवर काम करणाऱ्या मजुराला आणि अनिल अंबानीला एकाच दराने कर भरावा लागणार असेल आणि त्यांच्या रकमेत तफावत असेल, तरीही त्यांची टक्केवारी एकसारखी का असावी?

पुन्हा करावर कर लागणार त्याचा खुलासा काहीही नाही. समजा मी माझ्या मित्राकडून चेकने दहा हजार रुपये उसने घेतले. पहिल्यांदा २ टक्के कर लागला. मग महिनाभराने मी त्याला चेकने पैसे परत केले. पुन्हा २ टक्के कर लागला. मग ते पैसे मित्राने कुठेतरी खरेदीला वापरले आणि पुन्हा २ टक्के कर लागला. म्हणजे माझ्या मित्राच्या एकाच १०,००० रुपयांवर तीन वेळा मिळून ६ टक्के कर लागला. या कराची सुसूत्रता किंवा रचना याबद्दल बोकिलांची स्पष्टता मलातरी दिसली नाही.

अर्थक्रांती म्हणण्यापेक्षा सुधारणा म्हणत असाल, तरीही त्यासाठी आधी पायाभूत सुविधा आणि मग सुधारणा असा आधी पाया मग कळस असा क्रम असायला हवा. इथे नोटा रद्द करून बँकांसमोर हजारो लोकांना रांगेत उभे करून, बंद पडलेल्या एटीएमसमोर माणसे संताप करत असताना 'अर्थक्रांती झाली' म्हणून बोकील ढोल वाजवताहेत, हे अर्तक्य आहे.

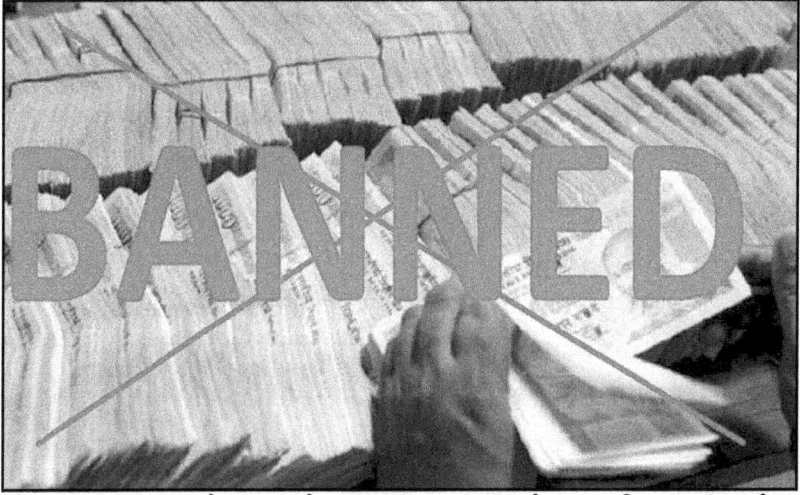

अंमलबजावणीसाठी कोणती कार्यपद्धती राबवायला हवी होती, त्याविषयी. मी अर्थतज्ज्ञ नाही पण बँकिंग व्यवहार आणि इतर गोष्टीशी कामानिमित्त संबंध येतो म्हणून थोडीफार माहिती आहे. तुमचा उद्देश काय आहे, हे आधी ठरवायला हवे. 'काळा पैसा नष्ट करणं' किंवा 'निर्मिती थांबवणं' हे उद्देश असतील, तर त्यासाठी वेगळे उपाय आणि नियोजन करावे लागते. मोठ्या नोटा चलनातून काढून कॅशलेस होण्याकडे वाटचाल करायची असेल, तर त्याचे नियोजन वेगळ असते.

सगळ्यात आधी प्रश्न येतो बँकांच्या नेटवर्कचा.

भारतातल्या बँकिंगमध्ये आमूलाग्र बदल घडवून बँक्सची संख्या आणि त्यांच्या कामाचा विस्तार वाढवायला भांडवली खर्चाची गरज आहे. सध्या आहे त्याच स्थितीत काय करता आले असते?

१. जिल्हा सहकारी, नागरी सहकारी, खासगी अशी कुठल्याही स्वरूपाची बँक, सेवकांच्या पतपेढ्या, इतर पतपेढ्या यांना सरकारच्या समन्वय यंत्रणेशी जोडून इंटरनेट बँकिंग आणि सगळ्या खातेदारांचे PAN व आधार कार्ड लिंक करणे. त्यासाठी मुदत द्यायची अन्यथा रोकड पुरवठा आणि बँकिंग परवाना रद्द करून टाकायचा. या उपायामुळे सगळ्या पतपेढ्या, बँका नोटा बदलून न देता किमान खात्यावर पैसे भरून घेऊन नव्या नोटा देण्यासाठी सक्षम झाल्या असत्या. सरकारला जास्तीत जास्त ठिकाणी नोटा भरून घेऊन नोटा बदलून देता आल्या असत्या. ज्या बँकेबद्दल सरकारला खातरी नाही त्यांना फक्त खात्यावर व्यवहाराची परवानगी द्यायची. सोबतच प्रत्येक एटीएममध्ये नव्या

नोटा बसतील आणि जास्तीत जास्त नोटा बसतील असे बदल कालमर्यादा ठरवून करवून घेणे आणि तिथूनही नव्या नोटांचे वितरण सुरू करणे.

२. कुठल्याही माध्यमातून सरकारकडे नोंदणी असलेल्या प्रत्येक (विक्रीकर, उत्पादन शुल्क, दुकानाचा दाखला, सेवाकर नोंदणी) दुकानात कार्ड मशीन बसवणे अनिवार्य करायचे.

३. रोखीच्या व्यवहारावर किरकोळ कर आणि कॅशलेस व्यवहाराला किरकोळ का होईना सूट असे धोरण राबवायचे. बहुतांश दुकानदार कार्ड पेमेंट घेत असतील, तर शहरात निमशहरी भागात रोखीचे व्यवहार कमी झाले असते तर तिथे लागणार चलन कमी होऊन ते ग्रामीण भागात वापरता आले असते.

४. सध्याच्या साधारण वर्षभराच्या कालावधीत नव्या नोटा जास्तीच्या संख्येने छापून तयार करायच्या. साधारण चार-सहा महिन्यांची मुदत देऊन जुन्या फक्त ५००-१००० च्या नोटा खात्यावर भरून घेऊन नव्या नोटा बदलून द्यायच्या. नव्या नोटा देताना जास्तीत जास्त छोट्या नोटा बाजारात जातील, अशी व्यवस्था करायची. या सगळ्या कालावधीत नव्या नोटा फक्त खात्यावर पैसे भरणाऱ्याला मिळण्याची व्यवस्था करायची. शंकेला वाव नको म्हणून हा निर्णय राबवताना प्रत्येक भरणा आणि त्याच्या नोटांचा तपशील नोंदवून ठेवण्याची व्यवस्था केंद्रीय सॉफ्टवेअरमध्ये करून त्यावर थेट आयकर आणि रिझर्व बँक नियंत्रण ठेवेल, अशी व्यवस्था करायची.

५. या माध्यमातून किमान ३० टक्के जुन्या नोटा बँकेत परत आल्यावर, नव्या नोटांचा पुरेसा साठा झाल्यावर मग रात्रीतून चलनबंदी किंवा बदली जाहीर करायची. यातून अचानक निर्णय जाहीर करण्याचा जो फायदा सरकारला अपेक्षित होता, तोही मिळाला असता आणि आधीचे जुने चलन नवे करताना सगळे व्यवहार खात्यावर झालेले असताना त्या व्यवहारांची चौकशी अथवा आयकर रिटर्न तपासून कारवाई शक्य होती.

६. यातून जर ३० टक्के नवे चलन बाजारात राहिले असते, तर आज झालेला गोंधळ आणि प्रचंड रांगा लागल्या नसत्या. सोबत बाजारात चलन राहिल्याने मंदीची अवस्था टाळता आली असती.

७. सोबत एटीएम केंद्रात दहा महिन्यांच्या कालावधीत नव्या नोटा मावतील असे बदल करून घेता आले असते किंवा एटीएम ज्या नोटा पुरवतात, त्या आकारात

नव्या नोटा बनवायला पाहिजे होत्या. आहे त्याच यंत्रणेत जर या क्रमाने सुधारणा राबवल्या असत्या, तर ही चलनबदली प्रक्रिया सुरळीतपणे पार पाडता आली असती.

नोटांचा पुरवठा करण्याचे नियोजन कोलमडले, म्हणून गेलेली आणि उरलेली अब्रू झाकायला कॅशलेसच्या ढोल ताशांचा गजर सुरू झाला. मुळात कॅशलेस व्हायला काय काय पाहिजे?

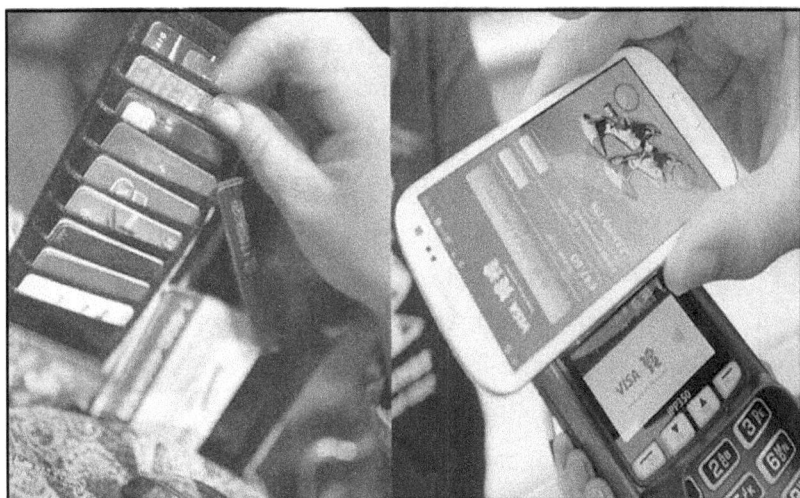

रोकड लागणार नाही, अशी तजवीज करणे आवश्यक आहे. त्यामध्ये पहिला भाग म्हणजे, सरकारी पातळीवर वेगवेगळ्या ठिकाणी सामान्य लोकांना किंवा सरकारी ठेकेदारांना सरकारी नोकरांना जी चिरीमिरी द्यावी लागते, त्यावर अंकुश आणण्यासाठी प्रयत्न करायला हवेत. त्यासाठी उघडपणे केंद्र सरकारच्या विरोधातली भूमिका आपल्याला घ्यावी लागेल. केंद्रीय कर्मचाऱ्यांवर लाचखोरीसाठी कारवाई करण्यापूर्वी सरकारी परवानगी लागणार असल्याचा जो नियम केंद्राने नोटबंदी जाहीर होण्यापूर्वी केलाय, त्याला पूर्णपणे विरोधी नियम करून लाचलुचपत विभागाला अधिकार देऊन कडक कारवाई आणि जलदगती खटले चालवण्याची व्यवस्था करावी. उत्पादन शुल्क आणि विक्रीकर चुकवून बाजारात येणारी वेगवेगळी उत्पादने हे काळा पैसा आणि रोकड

व्यवहारांचे मूळ असते. त्यावर अंकुश ठेवण्यासाठी उत्पादन शुल्क अधिकारी, विक्रीकर अधिकारी आणि उत्पादक यांची साखळी तोडून त्यांच्यावरच्या कडक कारवाईची व्यवस्था करावी.

२. विक्रीकर, दुकान नोंदणी, उत्पादन शुल्क, सेवाकर नोंदणी अशा माध्यमांमधून सरकार दरबारी नोंद असलेल्या प्रत्येक व्यवसायिकाला स्वतःच्या दुकानात कार्ड स्वाइप मशीनची सक्ती करावी. कार्ड मशीन विहित मुदतीत न बसवल्यास परवाना रद्द करण्यात यावा. सगळ्या बँक्सच्या शाखा आणि एटीएममध्ये सुरक्षा-रक्षक कम मदतनीस नेमून तिथे पासबुक प्रिंटिंग, रोकड भरणा आणि पैसे काढणे अशा तिन्ही सुविधा पुरवाव्यात.

३. रोखीच्या व्यवहाराची मर्यादा टप्प्याटप्प्याने कमी करून त्याला संलग्न असलेल्या रोकड व्यवहारावर जास्तीचा कर आणि रोकडविरहित व्यवहारावर (कार्ड/ चेक/मोबाईल बँकिंग) काही टक्के सूट देण्याची व्यवस्था करावी.

४. सगळ्या बँक्सचे मोबाईल बँकिंग सॉफ्टवेअर मराठी भाषेत (महाराष्ट्र राज्यासाठी) आणि हिंदी/इंग्रजी भाषेत असावे. सोबतच या सगळ्या व्यवहारांना हाताळायला सक्षम बँकिंग व्यवस्था असावी.

५. सरकारी भरण्यासाठी एकच मोबाईल सॉफ्टवेअर/वेबसाईट तयार करून वेगवेगळे कर आणि चलन भरण्याची सुविधा करण्यात यावी.

६. ज्याप्रमाणे वस्तू घेण्यासाठी रोकड-सुलभता आवश्यक असते, तशीच ती सेवा घेण्यासाठीही आवश्यक असते. डॉक्टर, वकील, सीए, प्लंबर, सुतार, वीज तांत्रिक अशा वेगवेगळ्या सुविधा देणाऱ्या व्यवसायिकांसाठी असणारी आयकराची आणि सेवाकराची रचना 'कमीत कमी कर आणि जास्तीत जास्त व्यवहार' या तत्त्वावर करून जास्त कर भरल्यास सूट किंवा इतर फायदे जाहीर करावेत, जेणेकरून त्यांची रोकड घेण्याची प्रवृत्ती कमी होईल. सोबत अशा व्यवसायिकांनी तरीही जास्तीच्या रोकड रकमेचा आग्रह धरल्यास आणि तक्रार आल्यास तत्काळ व्यावसायिक परवाना रद्द करून जलदगती खटले चालवून कारवाई करावी.

८. मोबाईल बँकिंग, कार्ड पेमेंट, नेट बँकिंग या सुविधांमधले कच्चे दुवे हेरून या माध्यमांमधून अशिक्षित लोकांची फसवणूक होऊ नये, यासाठी सक्षम आणि कठोर कायदे करावेत. तसेच त्या संदर्भातल्या तक्रारी सोडवण्यासाठी जलद

निपटारा करायला एक सक्षम लवाद आणि त्याची जिल्हा पातळीवर उपलब्धता आवश्यक आहे.

सोबतच या पेमेंट कंपन्या आणि ई-पाकीट कंपन्या केंद्राच्या आयकर विभागाशी जोडलेल्या असाव्यात, जेणेकरून कमीत कमी फसवणूक आणि चुका होतील, अशी व्यवस्था करता येईल.

akshitole@gmail.com

१३. नोटबंदीची महाशोकांतिका

डॉ. मनमोहन सिंग, अनुवाद : अजित वायकर

रोखीच्या स्वरूपात रोजगार मिळवणाऱ्या प्रामाणिक भारतीयाला निश्चलनीकरणाच्या निर्णयामुळे मोठी इजा पोहोचणार आहे. अप्रामाणिक काळ्या पैशावाल्यांची केवळ कानपिळणी होणार आहे.

'पैसा' ही कल्पना आत्मविश्वासाला प्रेरणा देते, असं म्हंटलं जातं. ९ नोव्हेंबर २०१६च्या मध्यरात्री बाराच्या ठोक्याला कोट्यवधी भारतीयांचा हा आत्मविश्वास नष्ट करण्यात आला. चलनात असलेल्या ८६ टक्के मूल्यांच्या पाचशे आणि हजाराच्या नोटा रातोरात कागदाच्या कपट्यात रूपांतरित झाल्याचे पंतप्रधान नरेंद्र मोदी यांनी घोषित केले. बेपर्वाईने घेतलेल्या एका निर्णयामुळे पंतप्रधानांनी कोट्यवधी जनतेचा भारत सरकारप्रती असलेला भरवसा आणि आत्मविश्वास उद्ध्वस्त केला.

देशाला उद्देशून केलेल्या भाषणात पंतप्रधान म्हणाले की, देशाच्या ऐतिहासिक विकासक्रमात एक वेळ अशी येते की, जिथे मजबूत आणि निर्णायक पाऊल टाकावे लागते आणि त्यांनी या निर्णयाच्या समर्थनार्थ दोन प्राथमिक कारणे पुढे केली. एक होती बनावट नोटा वापरणाऱ्या सीमेपलीकडच्या दहशतवाद्यांना पायबंद घालणे. आणि दुसरी म्हणजे भ्रष्टाचार आणि काळ्या पैशांवर प्रहार करणे.

दोन्हीही हेतू चांगले आहेत आणि मनःपूर्वक पाठिंबा देण्याजोगे आहेत. दहशतवाद आणि सामाजिक तेढ यांच्याप्रमाणेच भारतासाठी बनावट नोटा आणि काळा पैसा धोकादायक आहेत. आपल्याकडे उपलब्ध असलेली सर्व यंत्रणा वापरून ही आग

विझवणे गरजेचे आहे. तथापि, 'नरकाकडे जाणारा रस्ता चांगल्या हेतूंनीच बनवला जातो,' ही लोकप्रिय म्हण यासंदर्भात उपयुक्त इशारा ठरू शकेल.

पाचशे आणि हजाराच्या नोटांना रातोरात बेकायदेशीर ठरवण्यात पंतप्रधानांच्या निर्णयामागे रोखीच्या स्वरूपातील सगळा पैसा काळा आहे आणि सगळा काळा पैसा हा रोखीच्या स्वरूपात आहे, ही चुकीची कल्पना अनुस्यूत आहे. ती वास्तवापासून कोसो दूर आहे. ती समजावून घेऊयात.

भारतातील ९० टक्क्यांहून अधिक कामगारवर्ग अद्यापही आपला रोजगार रोखीच्या स्वरूपात मिळवतो. त्यात कोट्यवधी शेतमजूर, बांधकाम मजूर इत्यादींचा समावेश होतो. एकीकडे २००१पासून ग्रामीण भागातील बँकांच्या शाखांमध्ये दुपटीने वाढ झाली असली, तरी अद्यापही ६० कोटी भारतीय बँकेची सोय नसलेल्या गावांमध्ये राहतात. रोख हा येथील लोकांच्या जगण्याचा आधार आहे. त्यांचे दैनंदिन अस्तित्व त्यांच्याकडील रोख रक्कम वैध चलनाच्या स्वरूपात स्वीकारले जाण्यावर अवलंबून आहे. त्यांची बचत जसजशी वाढत जाते, तसतसे ते ही रक्कम पाचशे आणि हजारांच्या चलनात साठवून ठेवतात. या बचतीला काळा पैसा म्हणून संबोधणे आणि लाखो लोकांची आयुष्ये विसकटून टाकणे, ही प्रचंड शोकांतिका आहे. बहुसंख्य भारतीय रोखीत रोजगार मिळवतात, रोखीत व्यवहार करतात आणि रोखीतच बचत करतात, तेही कायदेशीररीत्या.. कुठल्याही सार्वभौम राष्ट्रात लोकशाही मार्गाने निवडून आलेल्या सरकारचे आपल्या नागरिकांचे हक्क आणि उपजीविका यांचे संरक्षण करणे, हे मूलभूत कर्तव्य असते. पंतप्रधानांचा हा निर्णय म्हणजे या मूलभूत कर्तव्याचे विडंबन आहे.

भारतातील काळा पैसा ही खरोखरच काळजी करण्याजोगी बाब आहे. वर्षानुवर्षे बेहिशोबी मार्गाने उत्पन्न कमावणाऱ्यांनी ही संपत्ती गोळा केली आहे. या काळ्या पैसेधारकांची आपली गैरमार्गाने कमावलेली संपत्ती जमीन, सोने, परकीय चलन अशा विविध प्रकारांमध्ये दडवण्याची प्रवृत्ती असते. आयकर विभाग, सक्तवसुली संचालनालय आणि स्वतःहून संपत्ती जाहीर करण्यासारख्या योजनांच्या माध्यमातून अनेक सरकारांनी हा काळा पैसा शोधण्याचा प्रयत्न केला आहे. या उपाययोजना म्हणजे बेहिशोबी संपत्ती साठवल्याचा संशय असलेल्यांच्या विरोधातील कारवाईपुरत्या मर्यादित होत्या, सरसकट सर्वच नागरिकांना लक्ष्य करण्यात आलेले नव्हते. बहुतांश काळा पैसा हा रोखीत साठवला जात नाही, हाच पुरावा या कारवायांमधून समोर आला आहे. सगळाच काळा पैसा रोखीत नसतो तर त्याचा काहीसाच भाग रोखीत असतो. या पार्श्वभूमीवर पंतप्रधानांच्या निर्णयामुळे रोखीत रोजगार मिळविणाऱ्या प्रामाणिक

भारतीयाला मोठीच इजा होणार असून, काळ्या पैशावाल्यांची केवळ कानपिळणी होणार आहे. या भयंकर निर्णयात भर म्हणजे, सरकारने दोन हजार रुपयांची नोट आणून भविष्यात काळ्या पैशांच्या निर्मितीचा मार्ग आणखी सुकर केला आहे. अशाप्रकारच्या निर्लज्ज धोरणाने ना काळ्या पैशांच्या सर्वंकषरीत्या उच्चाटनावर उपाय शोधला आहे, ना त्याचा निर्मितीस्रोत थांबवलेला आहे.

कोट्यवधी रुपयांच्या जुन्या नोटा बदलून नव्यांचा पुरवठा करणे, हे मोठेच आव्हान आहे, यात काही शंका नाही. बहुतांश देशांत हे प्रचंड आव्हान असते आणि भारतासारख्या मोठ्या आणि वैविध्यपूर्ण देशात तर या आव्हानाची व्याप्ती दुप्पट होते. म्हणूनच ज्या देशांनी नोटबदलाचा निर्णय घेतला, त्यांनी ठरावीक कालमर्यादेत हे आव्हान पार पाडलेले आहे, अचानक रातोरात निर्णय घेऊन नव्हे. स्वतःचा जीव तगवण्यासाठी लाखो गरीब भारतीयांना पैसे काढण्यासाठी रांगेत उभे रहावे लागणे, ही हृदयविदारक गोष्ट आहे. युद्धाच्या दिवसांमध्ये रेशनचे अन्न मिळविण्यासाठी उभ्या राहिलेल्या माझ्यासारख्या व्यक्तीने कधीही कल्पना केली नव्हती की, एक दिवस माझ्या स्वतःच्या देशबांधवांना रेशनिंग करून दिला जाणारा पैसा मिळविण्यासाठी रांगेत उभे रहावे लागेल. बेपर्वाईने घेतलेल्या एका निर्णयामुळे हे सारे उद्भवले आहे, ही बाब मनाला आणखी यातना देते.

सरकारच्या या निर्णयाचा मोठा परिणाम धोकादायक असणार आहे. ज्या काळात भारताचा व्यापार खालावलेला आहे, औद्योगिक उत्पादन घटत आहे आणि रोजगारनिर्मिती आखडलेली आहे, त्या काळात घेतलेला हा धोरणात्मक निर्णय अर्थव्यवस्थेसाठी धोकादायक आहे. भारताच्या रोखीचे सकल राष्ट्रीय उत्पादनाशी असलेले गुणोत्तर इतर कुठल्याही देशांपेक्षा उच्च आहे, हे वास्तव आहे. परंतु, भारतीय अर्थव्यवस्था रोखीवर अवलंबून असल्याचे स्पष्ट करणारे ते मानकदेखील आहे. देशाच्या अर्थव्यवस्थेच्या भवितव्यासंदर्भात ग्राहकांचा विश्वास हा महत्त्वाचा आर्थिक घटक आहे. रातोरात झालेल्या नोटबंदीमुळे लाखो भारतीय ग्राहकांच्या या विश्वासाला तडा गेला आहे, ज्याचे तीव्र आर्थिक परिणाम संभवतात. बहुतांश भारतीयांनी प्रामाणिकपणे कमावलेल्या संपत्तीचे रिते होणे आणि आपकमाईची संपत्ती रेशनिंगद्वारे मिळविण्याची त्यांची धडपड यामुळे खोलवर झालेले घाव लगोलग भरून येणे अवघड आहे. सकल राष्ट्रीय उत्पादन आणि रोजगारनिर्मितीवर त्याचे दुष्परिणाम होऊ शकतील. मला नम्रपणे नमूद करावेसे वाटते की, एक राष्ट्र म्हणून आगामी महिन्यांत येणाऱ्या कठीण काळासाठी सज्ज व्हावे लागेल.

अवांछित परिणाम

काळा पैसा हा आपल्या समाजासाठी धोकादायक असून, त्याचे निर्मूलन होणे गरजेचे आहे. ते करताना इतर प्रामाणिक भारतीयांवर त्याचा होणारा परिणामदेखील लक्षात घेणे आवश्यक आहे. मागील सरकारे उदासीन असल्याचा पवित्रा घेत काळ्या पैशांच्या निर्दालनासाठी आपल्याकडे उपाय आहेत, असे म्हणत स्वतःचीच पाठ थोपटून घेण्याचा मोह होणे साहजिक आहे. पण, ती वस्तुस्थिती नाही. नेते आणि सरकारांनी दुर्बलांची काळजी घेतलीच पाहिजे आणि कुठल्याही क्षणी त्यांना ही जबाबदारी झटकता येणार नाही. अनेक धोरणात्मक निर्णयांचे अवांछित परिणाम संभवतात. त्यांचा अशा निर्णयातून होणाऱ्या फायद्यांशी सुयोग्य मेळ प्रस्थापित केला पाहिजे. काळ्या पैशांविरोधात युद्ध छेडण्याची कल्पना मोहक भासू शकते. पण, एकाही प्रामाणिक भारतीयाचे प्राण तिने घेऊ नयेत.

१४. चिखलठाण्याची रोकडरहित अर्थव्यवस्था

पी. साईनाथ, अनुवाद : अजित वायकर

महाराष्ट्रातील औरंगाबाद शहराच्या परिघावर असणाऱ्या चिखलठाणा गावात पंतप्रधान नरेंद्र मोदी यांचे रोकडरहित अर्थव्यवस्थेचे स्वप्न प्रत्यक्षात आले आहे. कुणाकडेही रोख रक्कम नाही. बँकेत नाही, एटीएममध्ये नाही आणि त्यांच्यासमोर निराशेने रांगा लावणाऱ्या लोकांकडे तर खचितच नाही. अगदी बँकेच्या शाखांबाहेर व्हॅनमध्ये बसलेल्या पोलिसांजवळदेखील नाही.

पण, हताश होऊ नका. त्यांच्या बोटांवर लवकरच शाईच्या खुणा लागणार आहेत.

औरंगाबादच्या शहागंज भागातल्या स्टेट बँक ऑफ हैदराबादमध्ये आपल्या गरीब ग्राहकांना मदत करण्यासाठी धडपडणारा तितकाच असाहाय्य कर्मचारीवर्ग तुम्ही पाहू शकता. तिथे आणि शहरातल्या प्रत्येक बँकेच्या शाखेमध्ये करोडो रुपये मूल्याच्या पन्नास आणि शंभरच्या मळक्या नोटा, ज्या नष्ट करण्यासाठी रिझर्व्ह बँकेकडे पाठवणे अपेक्षित होते, त्या पुन्हा वापरात आणल्या जात आहेत. ही बाब रिझर्व्ह बँकेला माहीत आहे, पण त्यावर तिने सोईस्कर मौन बाळगले आहे.

"काय मार्ग आहे आमच्याकडे?" बँकेत काम करणारे लोक विचारतात. जनतेला खरोखरच छोट्या रकमेच्या नोटांची आवश्यकता आहे. त्यांचं काम आणि व्यवहार ठप्प झाले आहेत. आम्ही कर्मचाऱ्यांशी बोलत असतानाच रविवारच्या दिवशी जवळपास किलोमीटरभर रांगेत उभा राहिलेला जावेद हयात खान नामक छोटा विक्रेता आमच्याजवळ येतो. मुलगी रशिदा खातूनच्या लग्नाची आमंत्रणपत्रिका आमच्या हाती सुपुर्द करतो.

"सगळे मिळून माझ्या खात्यात २७ हजार रुपये आहेत", तो म्हणतो. "तीन आठवड्यांत येऊ घातलेल्या माझ्या मुलीच्या लग्नासाठी मला दहा हजार रुपये मिळावेत," एवढीच माझी अपेक्षा आहे. आदल्या दिवशी त्याने आपल्या खात्यातून दहा हजार रुपये काढले होते. आजही तेवढीच रक्कम त्याला मिळणे अपेक्षित असताना बँकेने त्याला 'नकार' दिला आहे. कारण, सर्पाकार पसरत गेलेल्या रांगेला पुरेल इतकी रोख रक्कम त्यांच्याकडे नाही, असं त्यांना वाटतं. रांगेतल्या प्रत्येक माणसाला किमान रक्कम वाटता येईल, अशी आशा त्यांना आहे. त्यातलेच दोघे जण खान यांना मदत करण्याच्या खटपटीला लागले आहेत. मुलीच्या लग्नासाठी केलेली एफडी (फिक्स्ड डिपॉझिट) मोडून खान यांनी हे पैसे आपल्या खात्यात जमा केले आहेत.

काळा पैसा हा आजीच्या जुन्या पेटीत नोटांच्या स्वरूपात नव्हे, तर सोने, जमीन आणि परकीय चलनाच्या माध्यमात साठवला जातो, याकडे कित्येक लेखक, तज्ज्ञ आणि अधिकृत अहवालांनी लक्ष वेधले आहे. ही बाब सेंट्रल बोर्ड ऑफ डायरेक्ट टॅक्सेस (सीबीडीटी)च्या अध्यक्षांनी २०१२मध्ये प्रकाशित केलेल्या 'भारत आणि परदेशातील काळ्या पैशाला प्रतिबंध करण्यासाठीच्या उपाययोजना' या अहवालात नमूद केली आहे. या अहवालात (पृष्ठ क्रमांक १४, भाग दुसरा, ९.१)१९४६ आणि १९७८ साली राबविण्यात आलेले निश्चलनीकरणाचे प्रयोग वाईटरीत्या फसल्याकडे लक्ष वेधले आहे. तरीही भारतीय जनता पक्षाच्या सरकारने या प्रयोगाची पुनरावृत्ती केली. या अविश्वसनीयरीत्या मूर्ख कृतीचे समर्थन करताना टीव्हीवरील सूत्रसंचालक आणि इतर विदूषक मोदींचा 'मास्टरस्ट्रोक' असा शब्दप्रयोग करत आहेत, जी प्रत्यक्षात ग्रामीण भागासाठी दुःख घेऊन आली आहे. या कृतीने जर काही परिणाम झालाच असेल, तर तो ग्रामीण अर्थव्यवस्थेच्या हृदयावर झाला आहे.

या झटक्यातून सावरण्यासाठी केवळ दोन ते तीन दिवस लागतील, असे केंद्रीय अर्थमंत्री अरुण जेटली आणि त्यांच्या सहकाऱ्यांनी सांगितले. नंतर तो वेळ दोन-तीन आठवड्यांवर गेला. त्यानंतर लगेचच त्यांचे वरिष्ठ सर्जन नरेंद्र मोदी यांनी रुग्णाची प्रकृती पूर्ववत होण्यासाठी पन्नास दिवसांचा अवधी मागितला. आता उपचार घेत आपण २०१७मध्ये पोहोचलो आहोत. दरम्यानच्या काळात रांगेत उभे राहून किती लोक मेले, याची आपल्याला कल्पना नाही. पण, त्यांची संख्या रोज वाढते आहे.

"नाशिक जिल्ह्यातील लासलगावमध्ये रोख रकमेच्या तुटवड्यामुळे कांदा बाजार बंद करावा लागला", असे 'आधुनिक किसान' या साप्ताहिकाचे संपादक निशिकांत भालेराव यांनी सांगितले. "विदर्भ आणि मराठवाड्यात कापसाच्या किमती

क्विंटलमागे ४० टक्क्यांनी घसरल्या आहेत. किरकोळ व्यवहार वगळता विक्री ठप्प झाली आहे. कुणाकडेच रोख रक्कम नाही. दलाल, उत्पादक आणि ग्राहक सर्वच मोठ्या संकटात सापडले आहेत'', असे नागपूर येथे द टेलिग्राफसाठी काम करणारे पत्रकार जयदीप हर्डीकर सांगतात. ''ग्रामीण भागातील बँकांच्या शाखांमध्ये चेक भरणा करणे हेच मुळी डोकेदुखीचे काम असायचे. आता पैसे काढणे म्हणजे दिवास्वप्न बनले आहे,'' असे ते म्हणाले.

खूप कमी शेतकरी चेक स्वीकारत आहेत. पण, तो वटेपर्यंत त्यांची घरे कशी चालणार? इतर अनेकांची तर बँकखातीदेखील चालू नाहीत.

या राज्यातील एका महत्त्वाच्या सरकारी बँकेची देशभरात ९७५ एटीएम आहेत. त्यापैकी ५४९ एटीएममध्ये पैशांचा खडखडाट आहे. यातील अनेक बंद एटीएम यंत्रे ग्रामीण भागात आहेत. यासाठी एक विचित्र तर्क पुढे केला जातो. तो असा की, ग्रामीण भागात सगळे व्यवहार क्रेडिटवर चालतात. रोखीला इथे तसा काही अर्थ नाही. पण, ही वस्तुस्थिती नाही.

सगळ्यात खालच्या स्तरात चालणारे व्यवहार हे रोखीनेच होत असतात. आठवड्यात जर कमी रकमेच्या नोटा बँकांच्या ग्रामीण शाखांमध्ये पोहोचल्या नाहीत, तर कायदा व सुव्यवस्थेची परिस्थिती निर्माण होऊ शकते, अशी भीती बँक कर्मचाऱ्यांना सतावत आहे. इतरांच्या म्हणण्यानुसार, संकट अगोदरच उंबरठ्याशी येऊन पोहोचले आहे आणि या वेळेत काही रोख रक्कम उपलब्ध झाली, तरी ते थांबणारे नाही.

औरंगाबादेतील आणखी एका रांगेत उभे राहिलेला परवेझ पठाण हा बांधकाम मुकादम आपले मजूर हिंसक होतील, या भीतीने पछाडलेला आहे. तो सांगतो, त्यांना अगोदरच्याच कामाचे पैसे देणे गरजेचे आहे. पण, मला रोख रक्कम उपलब्ध होत नाहीये. चिखलठाणा खेड्यातली रईस अख्तर खान म्हणाली की, ''तिला आणि तिच्यासारख्या इतर आयांना आपल्या मुलांना घास भरवणे अवघड होत चालले आहे. सगळा दिवस रांगेत उभे राहण्यात जातो. मुलांना जेवण भरवायला उशीर होतो. त्यांची जेवणाची नेहमीची वेळ टळून जाते. अनेक तास ही मुलं उपाशी राहतात.''

रांगेत उभ्या राहिलेल्या अनेक महिला सांगतात की, त्यांनी दोन-तीन दिवसांची तरतूद करून ठेवली आहे. परंतु, रोख रकमेचा प्रश्न या अवधीत सुटणार नाही, या भीतीने त्या ग्रासल्या आहेत. दुर्दैवाने ते खरे आहे.

शेतकरी, भूमिहीन शेतमजूर, घरगडी, निवृत्तीवेतनधारक, किरकोळ विक्रेते, या सर्वांनाच मोठा फटका बसला आहे. अनेकांना आपल्या कामगारांना पगार देण्यासाठी

पैसे गोळा करण्याकरिता आटापिटा करावा लागत आहे. त्यासाठी ते कर्जाऊ रक्कम घेत आहेत. बाकीचे अन्नासाठी वणवण करत आहेत. प्रत्येक दिवसागणीक आमच्या रांगा वाढत चालल्या आहेत. कमी होत नाहीत, असे स्टेट बँक ऑफ हैदराबादच्या स्टेशन रोड शाखेच्या कर्मचाऱ्याने सांगितले. इथे काही कर्मचारी भल्याथोरल्या आणि संतापलेल्या गर्दीला तोंड देण्याचा प्रयत्न करत आहेत. एक कर्मचारी ओळखपत्रांची अधिकृतता पटवण्यासाठी पाठवलेल्या सॉफ्टवेअरमधल्या त्रुटींकडे निर्देश करतो.

पाचशेच्या आठ किंवा हजाराच्या चार अथवा दोन हजाराच्या दोन नोटांची अदलाबदली करण्याची लोकांना परवानगी देण्यात आली आहे. हा व्यवहार केवळ एकदाच करण्याची मर्यादा घालण्यात आली आहे. दुसऱ्या दिवशी तुम्हाला पुन्हा तो व्यवहार करता येत नाही. पण, त्यातूनही पळवाट शोधण्यात आली आहे. वेगळं ओळखपत्र वापरायचं. जर आधार कार्ड वापरलं असेल, तर उद्या पासपोर्ट वापरायचा. तिसऱ्या दिवशी पॅन कार्ड वापरायचं. कुणाला काहीच पत्ता न लागता तुम्ही हे व्यवहार पार पाडू शकता.

पण, खूप कमी लोक या वाटेला गेले आहेत. अनेकांना याची कल्पनाच नाही. पण, त्याला अटकाव घालण्यासाठी सरकारने घेतलेला निर्णय मात्र मूर्खपणाचा आहे. मतदानाच्या वेळी लावतात तशी शाई नोटबदलीसाठी रांगेत उभे राहणाऱ्यांच्या बोटांना लावण्याचा सरकारचा मनोदय आहे. ही शाई उजव्या हाताच्या बोटावर लावण्यात येईल. जेणेकरून, काही राज्यांतील आगामी पोटनिवडणुकांच्या काळात मतदानाच्या वेळी गोंधळ उडणार नाही.

सरकार काय सूचना जारी करतंय, याकडे लक्ष देण्याची गरज नाही, असे सांगत आर. पाटील हे छोटे कंत्राटदार म्हणतात, ''अनेक रुग्णालये आणि औषधाची दुकानं पाचशे व हजाराच्या नोटा स्वीकारत नाहीत, ही वस्तुस्थिती आहे.'' त्यांच्याशेजारी सईद मोडक उभे आहेत, ज्यांना आपल्या गंभीर आजारी नातेवाइकाला वाचवण्यासाठी प्रत्येक दवाखान्याची दारं ठोठवावी लागली होती. ''आम्हाला प्रत्येक ठिकाणी नकारच ऐकायला मिळाला. एकतर ते एकापेक्षा अधिक दोन हजाराच्या नोटा स्वीकारत नाहीत अथवा परत द्यायला सुट्टे पैसे नाहीत, असं सांगतात,'' असं ते म्हणाले.

दरम्यान, सगळ्यांचे डोळे नाशिकवर खिळून राहिले आहेत, जिथून नव्या नोटा देशभरात वितरित होतील. ग्रामीण भागात कुणाकडेही या नोटा आलेल्या नाहीत. पण, त्या आशेवर सगळ्यांनी आपले डोळे केंद्रित केले आहेत.

१५. नोटबंदी @ ५० : शेतकऱ्याने जगावं की, मरावं? की आहे तसंच खितपत पडावं?

प्रवीण मनोहर तोरडमल

केंद्र सरकारने काळा पैसा बाहेर निघावा यासाठी ८ नोव्हेंबर रोजी ५०० व १००० रुपयांच्या नोटा चलनातून बाद करण्याचा निर्णय घेतला. गेल्या दीड-पावणे दोन महिन्यांत घाईघाईने घेतलेल्या या निर्णयाचा परिणाम छोट्या-मोठ्या उद्योगधंद्यांवर झाल्याचा बातम्या सतत प्रसारमाध्यमांतून येत आहेत. ज्याविषयी फारशा बातम्या येत नाहीत, अशा शेतीक्षेत्रालाही या निर्णयाचा मोठा फटका बसला आहे. सध्या रब्बी हंगाम चालू आहे. पैशांची उपलब्धता होत नसल्याने शेतकऱ्यांवर खतं व बियाणं उधारीवर खरेदी करण्याची वेळ आली आहे. नोटबंदीनंतर राज्य सरकारने शेतमाल विक्रीची कोणतीही पर्यायी व्यवस्था केली नाही. त्यामुळे कवडीमोल भावाने शेतमालाची विक्री करावी लागत आहे. शेतकरी आधीच कर्जबाजारी, त्यात ही भर!

नोटबंदीनंतर जवळपास पावणे दोन महिने उलटूनही पैसा मिळत नसल्याने शेतकरी वर्ग हवालदिल झाला आहे. मजूर वर्गाला देण्यासाठी पैसाच उपलब्ध होत नसल्याने शेतीतली कामं कशी उरकावी असा प्रश्न प्रत्येक शेतकऱ्यापुढे 'आ वासून' उभा राहिला आहे. अल्पभूधारक शेतकरी आणि मजुरांकडून शेती करून घेणारे शेतकरी धान्य किंवा पैसे नंतर मिळतील या बोलीवर कामं करून घेत आहेत.

सध्या शेतकरी, व्यापारी आणि खरीददार या सर्वांच्याच अडचणी वाढल्या आहेत. आतापर्यंत उधारीवर व्यवहार सुरू होते. सुट्या पैशांच्या तुटवड्यामुळे जावक बऱ्याच प्रमाणात घटली आहे, परंतु आवक वाढत आहे. शेतमाल नाशवंत असल्याने

त्याच्या किमती वेगाने उतरल्या आणि शेतकऱ्याला माल रस्त्यावर फेकण्याची वेळ आली आहे.

शेतकरी गावकीच्या संबंधावर, नात्यागोत्याच्या मदतीने आणि आजवरच्या आपल्या व्यवहारातून निर्माण केलेल्या आपल्या 'पती'वर कसेतरी पैसा गोळा करतो आहे. परंतु कित्येकदा 'उघडा गेला नागड्याकडे' अशी गत होते. थोड्याफार रकमेने किती दिवस भागणार? त्यामुळे त्याला रोज अनेक समस्यांना तोंड द्यावं लागत आहे. घरखर्च, शेतातील मजुरांचा पगार, शेतीमधील औषधपाणी, खतं, पाळीव जनावरांचं खाद्य, औषधपाणी अशा अनेक गोष्टींची तोंडमिळवणी करता करता तो टेकीला आला आहे.

या वर्षी रब्बी हंगामासाठी चांगल्या पाऊसपाण्याची सोय झाली. त्यामुळे शेतकऱ्यांकडून उत्साहाने फळभाज्यांची लागवड केली गेली. फळभाज्यांचे पीक हमखास पैसे देतं. मुबलक पाणी, औषधं आणि खतं यांचा वापर केल्याने यंदा ही पिकेही चांगली आली होती. पण ती काढणीला आली आणि ऐन हंगामाच्या तोंडावर सरकारने आडत बंदीचा निर्णय जाहीर केला. मग काय, व्यापाऱ्यांनी काही दिवस बाजार समित्यांतील व्यवहार बंद पाडले. ते मनमानी पद्धतीने व्यवहार करू लागले. त्याचा फटका शेतकरी सहन करतो न करतो तोच केंद्र सरकारने नोटबंदीचा निर्णय जाहीर केला. त्यामुळे आधीच आगीत सापडलेला शेतकरी, या निर्णयाने फुफाट्यात पडला! व्यापाऱ्यांची मनमानी अधिकाधिक वाढत गेली आणि बाजारभाव त्यांच्या मनासारखे उतरू लागले. शेतमालाची ज्या त्या वेळीच विक्री करणे भाग असल्याने शेतकऱ्याला या दिव्यातूनही जावं लागत आहे.

शेतकऱ्यांनी जी फळपिकं घेतली होती, त्यातून मजुरांना व शेतकऱ्यांना रोजगार मिळणार होता. पुढील शेतकामासाठी भांडवल उपलब्ध होणार होतं. पण नोटबंदीनंतर बाजारात मंदी आली आणि त्याचा फायदा घेत व्यापाऱ्यांनी शेतमालाचे भाव पाडले. परिणामी शेतकऱ्याला नाइलाजाने आपला शेतमाल रस्त्यावर फेकावा लागला. या फळभाजी पिकासाठी त्याने केलेला खर्च व्यर्थ गेला. आता त्याचे पुढचे पीकपाण्याचे आणि इतर नियोजन कशाच्या जोरावर होणार?

ही इतकी वाईट स्थिती फक्त शेतकऱ्यांचीच झाली आहे, कारण त्यांची कोणती मजबूत संघटना नाही की, त्यांचा कोणी एक नेता नाही, आमदार नाही की, खासदार नाही... त्याची कोणती एक जात नाही! थोडक्यात, त्याला कोणीच वाली नाही. सध्या व्यापाऱ्यांकडे रोख पैसे नसल्याने अनेक भाजीवाल्यांचे सौदे पूर्ण होत

नाहीत. कमी प्रमाणात भाजीपाला असणाऱ्यांना धनादेश द्यायचेही बंद केले आहे. अनेक वेळा भाजीपाल्याची खरेदी-विक्री केली जात नाही. त्यामुळे त्याचा फटका सरळ शेतकऱ्याला बसतो आहे. तसंच दर पंधरवड्याने येणारी दुधाची बिलं (ज्यावर शेतकऱ्याचा रोजचा खर्च तोलला जातो!) बँकेच्या खात्यात असल्याने शेतकऱ्यांच्या दैनंदिन खर्चावरच गदा आली आहे. नोटबंदीने किती काळा पैसा गोळा केला याचं सोयरसुतक शेतकऱ्याला असणं दुरापास्त आहे. एवढं खरं की, नोटबंदी मात्र त्याच्या मुळावर आली आहे.

हे झालं शेतकऱ्यांविषयी. जनावरांच्या बाजाराची स्थितीही याहून वेगळी नाही. शेतकरी आणि व्यापारी यांच्यातील मध्यस्थ (दलाल) सर्वसाधारणपणे अल्पभूधारक शेतकरी आहे. त्याच्याकडून जनावरे विकत घेतली जातात आणि पुढच्या बाजारात एक-दोन हजारांच्या फरकाने विकली जातात. हाच या लोकांचा पोटापाण्याचा व्यवसाय आहे. हा बाजार पूर्णपणे रोखीनं केला जातो. तो तसाच करावा लागतो. या बाजारात चेकचा वापर करणं केवळ अशक्य आहे. मग विचार करा नोटबंदीचा या बाजारावर काय परिणाम झाला असेल? अशीच स्थिती शेळ्या-म्हशीच्या बाजाराचीही आहे. एकतर मंदी, किमती उतरलेल्या, विकणारा हातघाईवर आलेला, परंतु गिऱ्हाइकाचीच वानवा. पाचशेच्या जुन्या नोटा घेऊन गिऱ्हाईक येतं, परंतु शेतकरी त्या घ्यायला तयार नाहीत; कारण बँकाच्या रांगांची भीती. घेतलेल्या नोटा बदलून घेण्यासाठी कराव्या लागणाऱ्या अनंत कसरती अडाणी शेतकरी कशा करणार?

फळे, फुले, भाज्या यांचे दर ५० टक्क्यांनी उतरले आहेत. फळे, फुले, भाज्या विक्रीसाठी ज्या मोठ्या बाजारपेठेच्या ठिकाणी पाठवल्या जात होत्या, तिथं मागणी कमी झाली म्हणून ही विक्री स्थानिक बाजारपेठेत सुरू झाली. पण तिथं सुट्या पैशांची टंचाई म्हणून दर घसरले. फुलशेती तर पूर्णपणे तोट्यात गेली. एका फुलशेतकऱ्याने पांढऱ्या शेवंतीचे पिक घेतलं होतं. नोटबंदीआधी शेवंतीचा दर किलोमागे साधारण १०० रुपये होता. नोटबंदीनंतर तीच शेवंती ४०-५० रुपये किलो झाली. काढणी खर्च आणि वाहतूक खर्च मात्र तोच राहिला. त्यात व्यापाऱ्यांनी आपले हात मारणं चालूच ठेवलं. परिणामी जी शेवंती १०० रुपये किलोने विकली जायची, तो १० रुपयांवर आला. शेवटी त्या शेतकऱ्याने शेवंतीची बाग आहे तशी नांगरून काढली.

शेतमालाचे नाव	नोटबंदीआधीचा किलोमागे बाजारभाव	नोटबंदीनंतर किलोमागे बाजारभाव
टोमॅटो	१० ते १२	२ ते ३
ढोबळी मिरची	१५ ते २०	५ ते १०
घेवडा	२० ते २५	५ ते १०
फ्लॉवर	१३ ते १६	२ ते ३
फुलकोबी	१८ ते २२	८ ते १०
स्वीट कॉर्न	७५ रु. डझन	३० ते ३५ रु. डझन
पांढरी शेवंती	१०० ते ११०	४० ते ५०
डाळिंब	८५ ते १००	४० ते ५०
तूर	५०५० प्रती क्विंटल	४००० प्रती क्विंटल

हे भाव शेतकऱ्याच्या मालाचे आहेत.

केंद्र सरकारने या हंगामासाठी तुरीचा दर ५०५० रुपये प्रती क्विंटल जाहीर केला होता, परंतु नोटांच्या अभावामुळे क्विंटलामागे शेतकऱ्याच्या हाती ४००० रुपयेच पडत आहेत.

मला भाजीबाजारात आलेला अनुभव विलक्षण विदारक आहे. बाजाराच्या दिवशी मी मित्रासोबत गेलो होतो. त्याने पाच रुपयाला मेथीच्या दोन जुड्या घेतल्या. दहा रुपये दिले. त्यावर शेतकरी म्हणू लागला, 'पाचची चिल्लर कुठून देऊ? त्यापेक्षा आणखी तीन जुड्या घ्या.' दहा रुपयाला पाच जुड्या या भावाने जर मेथी विकावी लागत असेल तर त्या शेतकऱ्याला काय उरत असेल, या प्रश्नानं माझं डोकं भणाणत राहिलं. हीच स्थिती सगळ्या भाज्यांची झाली आहे. टोमॅटो, वांगी, गाजर, घेवडा, मिरची याचे भाव ऐकून तर मी खूपच अस्वस्थ झालो. शेतकऱ्याला सगळ्यांनी मिळून फासावरच चढायचं ठरवून टाकलं आहे का? कशासाठी शेतकरी 'शेती' करण्याचा हा वेडेपणा करत आहेत?

सत्ताधाऱ्यांची उदासीनता तर चक्रावून टाकणारी आहे. नोटबंदीमुळे शेतमालाचे कोसळलेले भाव, शेतकऱ्यांच्या आत्महत्या, दुष्काळग्रस्तांसाठीचं गेल्या वर्षातील रखडलेलं मदतीचं वाटप, पीक विम्याची प्रतीक्षा आदींसह ज्वलंत प्रश्न शेतीपुढे असताना राज्य सरकारने शेतकऱ्यांच्या पाठीशी राहण्याचं जवळपास नाकारल्याचंच चित्र आहे. राज्य मंत्रिमंडळाच्या नुकत्या नागपुरात झालेल्या हिवाळी अधिवेशनात

यावर काहीही ठोस उपाय सरकारने केला नाही. दुर्दैवाने विरोधकसुद्धा या मुद्द्यावर राज्य सरकारला जाब विचारण्याच्या बाबतीत उदासीन असल्याचंच दिसलं.

थोडक्यात, शेतकरी सर्व पातळीवरील उदासीनतेचा बळी ठरत आहे. याचा त्यामुळे जाब विचारावा तर कोणाला, हा प्रश्न माझ्यासारख्या शेतकऱ्याला पदोपदी गर्भगळीत करत आहे!

लेखक कृषी पदवीधर असून पूर्णवेळ शेती करतात.

१६. मला असे प्रश्न पडले म्हणजे माझं देशावर प्रेम नाही का?

अमिता दरेकर

नोटाबंदीचा गोंधळ सुरू झाल्यापासून अनेकांप्रमाणेच माझ्याही मनात अनेक प्रश्नांचा गोंधळ उडाला होता. हातात थोडीफार कॅश होती ती लांबलचक रांगांचा ताप टाळण्यासाठी शेवटच्या दिवसांमध्ये भरू, असा विचार करून बँकेत जाणं टाळलं होतं. पण, एका दिवसासाठीच का होईना, फक्त पाच हजार रुपये भरायचे आणि त्यापेक्षा जास्त भरायचे असतील तर डिक्लरेशन द्यायचं, असा नवा नियम आला आणि धाबं दणाणलं. नोकरीतून 'टाइम प्लीज' घेऊन अखेर बँकेत जावं लागलं.

नोटाबंदीने लोकांचे काय हाल होतात, रांगांमध्ये उभं राहणाऱ्यांना काय वाटतं, हे आजवर बातम्या आणि सोशल मीडियातल्या वादळी चर्चांमधून कळत होतं. पण, त्याच रांगेत उभं राहून त्या सगळ्या माणसांचं निरीक्षण करण्याचा अनुभव फारच त्रासाचा होता. त्यामुळे मनातले प्रश्न आणखी गडद झाले.

मी एका प्रसिद्ध आणि बऱ्याच बाबतीत कुप्रसिद्ध बँकेच्या अपवादात्मकरीत्या सौजन्यशील शाखेत साधारण दोन तास घालवले. त्यात ब्रँच मॅनेजर ते रस्त्यावर गाडी लावणारा ज्यूसवाला अशा अनेकांशी बोलणं झालं. आपलेच पैसे आपल्याच खात्यात भरण्यासाठी स्पष्टीकरण का द्यायचं? रोख रक्कम आहे म्हणजे आपण ब्लॅकवाले ठरू का? ती भरण्याच्या वेळेत खोळंबलेल्या कामाचं काय करायचं? असे अनेक प्रश्न घेऊन मी रांगेत उभी होते. पण, रांगेतल्या इतरांकडे पाहून एक वेगळाच मुद्दा ठळकपणे

लक्षात आला. या रांगांनी, रोज बदलत्या नियमांनी माणसांचं जगणं-वागणंच बदलून गेलं आहे. त्याचं काय होणार?

ब्रँच मॅनेजरांशी माझी चेहऱ्याने ओळख होती. पण, जुजबी बोलण्यापलीकडे फारशी चर्चा करण्याची वेळ कधी आली नव्हती. त्या दिवशी डिक्लरेशन फॉर्मवर सही घ्यायला त्यांच्या केबिनमध्ये गेले, तेव्हा त्याच कामासाठी आलेला एक व्यापारीही केबिनमध्ये आला. फॉर्म व्हेरिफाय करताना त्यांचा बांधच फुटला एकदम- ''काल अचानक हे जाहीर केलं. काय बोलणार आता?'' हे फॉर्म इतक्या सकाळी तयार होते, त्याबद्दल विचारलं, तर ते म्हणाले, ''सकाळी साडेसातला येऊन सगळ्या झेरॉक्स काढल्या. काय करणार? यायलाच पाहिजे. बँक सुरू व्हायच्या आधी हे सगळं तयार असायला हवं ना?'' मी सहज म्हटलं, ''हो. तुम्हा बँकवाल्यांना फारच त्रास झाला...'' माझं वाक्य पूर्ण व्हायच्या आधीच ते म्हणाले, ''हे आता रोजचंच झालंय. आम्ही कधी घरी जातो, कसे जातो, पुन्हा दुसऱ्या दिवशी किती वाजता येतो, इथे कसं काम करतो... कशाचा कशाला काही मेळ राहिलेला नाही. कोणाला सांगायचं हे सगळं?''

माझीही जवळची एक नातेवाईक बँकेत आहे. ती अधेमधे फोनवर हेच सांगत असते हल्ली. पण, या तिऱ्हाईत बँकवाल्याशी बोलताना वाटलं, आपण ग्राहक म्हणून हा विचार केलाच नव्हता. हा माणूस बँकेचा मॅनेजर आहे, याचा त्याच्या कुटुंबीयांना सध्या आनंद होत असेल का? घरी गेल्यावर कसा होत असेल या माणसाचा मूड? आमचा तर नुसता बँकेच्या शाखेसमोरून गेल्यानंतरही बिघडतो; हा तर आत असतो इतका वेळ, त्या सगळ्या सावळ्या गोंधळामध्ये.

या शाखेतले कर्मचारीही बँकेच्या बदलौकिकाला बट्टा लावत शक्य तितक्या शांतपणे गिऱ्हाइकांना माहिती देण्याचा प्रयत्न करत होते. पण, एरवी फारच छान बोलणारा हा सगळाच स्टाफ आता संतापाच्या सीमेवर आहे, हे जाणवत होतं.

माहितीच्या काऊंटरवर एक अगदी साधीशी बाई लग्नासाठीच्या खर्चाची माहिती विचारत होती. पलीकडच्या बाईंनी सांगितलं, ''तुम्ही कोणाला किती पैसे देणार हे लिहून द्यावं लागेल.'' हे सगळं कुणाकडून तरी व्हेरिफाय करायचं होतं. मला चटकन कळलं नाही ते. पण, ही बाई म्हणाली, ''अहो, हे सगळं मी कसं करणार? असे खर्च कसे लिहिणार?'' कर्मचारी म्हणाली, ''मला कळतंय, पण मोदींनी सांगितलंय तसं. मी काय करू?'' तर ही म्हणाली, ''असं कसं? आम्ही तुम्हालाच विचारणार. मी काय मोदींकडे जाऊ?''

यात खरं तर दोघींचंही काही चुकलं नव्हतं. पण, ग्राहक आणि कर्मचारी या नात्यात त्यांचा काही दोष किंवा सहभाग नसताना काहीतरी बिनसलं, हे खरं.

मॅनेजरांच्या केबिनमध्ये सोबत असलेला व्यापारी बाहेर पडता-पडता म्हणाला, "बिझनेस कॅश में ही होता है। रोज कॅश भरने आऊं बँक में तो उधर कौन बैठेगा?" अचानक पाच हजारांच्या मर्यादेचा नियम निघाला म्हणून घाबरून आज आला होता. थोड्या वेळाने कुठून तरी त्याच्या आरड्याओरड्याचा आवाज आला. खूपच संतापला होता. त्याच तिरमिरीत बँकेतून बाहेर पडला. बाहेर जाताना म्हणाला, "अरे, इसके मन में कुछ भी आयेगा तो ये बोल देगा... आज एक, कल दुसरा. मुझे क्या इतना ही काम है?"

आतापर्यंत आपल्याशी शांतपणे, छान बोलणारा हा माणूस इतका संतापून इथून बाहेर पडला. आता तो घरी किंवा व्यवसायाच्या ठिकाणी कसा जाणार? गाडीवरून जाईल की ट्रेनमधून? नीट पोहोचेल ना... असे अनेक प्रश्न मनात आल्यावाचून राहिले नाहीत.

एक ज्यूसवाला आला होता. सात-आठ हजारच होते त्याच्याकडे. छोटीशी गाडी लावतो कुठेतरी. स्वत:शीच बोलल्यासारखा बोलत होता, "आज हवा थोडी थंडी है। ज्यादा नुकसान नहीं होगा। छोडो, पैसा भरना तो पडेगा। पता नहीं कल को कुछ और बोल दे ये लोग तो साराही नुकसान!"

मेहनतीने महिन्याला कसेबसे काही हजार कमावणाऱ्या माणसाला इतकं टेन्शन देऊन आपण नेमकं काय साध्य करणार आहोत? अशी छोटी गाडी लावणारा माणूस कॅशलेस कसा होईल? पेटीएम वगैरेचे पर्याय आहेत मान्य, पण नसेल एखाद्याला जमत तर काय आपण त्याला सीस्टिममधून बाहेर करणार आहोत का?

मी झेरॉक्स काढून परत बँकेत आले, तेव्हा गेटवरच एक छान सावळीशी तरुणी कसानुसा चेहरा करून उभी होती. वॉचमनने तिला सांगितलं, फक्त पाच हजार भरता येतील. मी तिला डिक्लरेशन फॉर्मबद्दल सांगितलं. तिला जरा हायसं वाटलं. एका छोट्याशा शाळेत शिक्षिका होती. कमी पगार, तोही कॅशमध्येच मिळत होता. तिला बँकिंगबद्दल फारसं काही माहीत नव्हतं. मी रांगेत उभी होते तिथं येऊन हे कसं करू, इथं काय लिहू असं काहीबाही विचारत होती. बहुधा असं कारण वगैरे द्यावं लागणार म्हणून घाबरली होती.

तिने हे शिकून घ्यायला हवं, पगार चेक किंवा सॅलरी अकाऊंटमध्ये मागायला हवा, असं 'उंटावरचं शहाणपण' तिलाही शिकवता येईल, पण नसेल तिच्याकडे

मला असे प्रश्न पडले म्हणजे माझं देशावर प्रेम नाही का? / ८१

ऑप्शन. मिळतेय ती नोकरी, मिळेल तो पगार स्वीकारायचा, अशी परिस्थिती तिच्यासारख्या कितीतरी भारतीयांच्या वाट्याला येते. इतक्या तळागाळातल्या माणसांना ऑप्शन नसतोच कशातही.

माझ्या जवळच्या माणसांपैकी एकीची नोकरी गेली या भानगडीत. ज्वेलरी मेकिंगच्या युनिटमध्ये आठ-दहा तास मान मोडून काम करते ती रोज. तिथं सगळा रोखीचा व्यवहार चालायचा. हिला पगारच दहा हजारांच्या आत. पण, रोखीच्या चणचणीमुळे काही दिवसांपूर्वी ते युनिटच बंद केलं मालकाने. त्यामुळे आता कमी पगारावर कुठेतरी दुसरं काम मिळवलंय तिने.

तिला पगार देणारा शेठ रोखीत व्यवहार करतो, ही तिची चूक नाहीये. तिला महिन्याला काही रक्कम कमावणं भाग आहे... ती कॅशमध्ये मिळाली तरी.

भ्रष्टाचार वगैरे फार मोठ्या गोष्टी आहेत. त्या आपल्या किती आवाक्याबाहेरच्या आहेत, याचा एक वेगळा अनुभवही याच दिवसांमध्ये आला. काही दिवसांपूर्वी काळा पैसा काही टक्के दंड भरून पांढरा करण्याची स्किम जाहीर झाली. ही बातमी टीव्हीवर येण्याच्या आदल्या दिवशी मी माहेरी काही कामासाठी आलेली असताना लिफ्टजवळ एक व्यापारी मला आणि माझ्या वडिलांना भेटला. त्यांच्या इमारतीत गुजराथी, मारवाडी यांचा भरणा जास्त. तो म्हणाला, ''भाईसाब, सरकार की नई स्किम आयी है। ५०-५० टका कर लो। २५ टका चार साल के बाद मिलेगा। आपके पास दस खोका (कोटी रु.) है, तो ढाई जाने दो। बाकी फिर भी रहेगा। अच्छा ही है।'' बाबा म्हणाले, ''क्या बात करते हो? मुझे तो मालूम नहीं ऐसा कुछ्।'' तो म्हणाला, ''अभी दो दिन पहले ही आया है।'' त्याच्या दुसऱ्या दिवशी अधिकृतपणे ही स्किम जाहीर झाली ती त्याला तीन दिवस आधीपासून माहिती होती!

देशातला भ्रष्टाचार थांबावा, काळा पैसा असू नये, हे स्वप्न मलाही बघायला आवडतंच. पण, त्या नावाखाली जे काही चाललं आहे, त्यातून होणाऱ्या मानवी मनाच्या आणि नात्यांच्या वाताहतीचं काय? ती कोण मोजतं आहे का नुकसानीत? बँकेतून बाहेर पडल्यावर कुठल्याशा कारणावरून मी नवऱ्यावरही भयंकर खेकसले. आतल्या आत कसलातरी संताप झाला होता. असं अनेकांचं होत असणार!

हे आपण कसं सावरणार? वीस टक्क्याने काळ्याचे पांढरे करणारे कोणत्याच बँकेसमोर रांगांमध्ये का उभे राहिले नाही? नोटाबंदी जाहीर झाल्याच्या पहिल्या दिवसापासून कोट्यवधी रुपयांच्या नव्या करकरीत नोटा टक्केवारीवाल्यांच्या हातात

कशा पोहोचल्या? हे चित्र यापुढे आपोआप बदलणार आहे का? आजवर छोट्या व्यावसायिकांचं जे नुकसान झालं, ते भरून निघेल का? बँक कर्मचाऱ्यांना या जास्तीच्या कामाचा वेगळा भत्ता मिळणार का? मला असे प्रश्न पडले म्हणजे माझं देशावर प्रेम नाही का?

मला अर्थशास्त्र वगैरे कळत नाही फारसं. त्यामुळे प्रश्नही तसे भाबडेच पडतात. 'फालतू विचार करत असतेस. तुझं आडनाव 'विचारे' ठेवायला हवं,' असं आई खूप वर्षांपासून म्हणतेय!

darekar.amita@gmail.com

१७. पैसा कुठे आणि कसा छापला जातो?

प्रकाश बुरटे

भारतीय अर्थखातं आणि रिझर्व्ह बँक यांचा अखत्यारीत असणारे चार शासकीय छपाई कारखाने, नाणी पाडणाऱ्या चार टांकसाळी आणि नोटाछपाईचा कागद पुरवणारा होशंगाबाद इथला एक कारखाना एकत्र करून २००६ या वर्षी 'सिक्युरिटी प्रिंटिंग अँड मीटिंग कॉर्पोरेशन इंडिया लि.' ही कंपनी (SPMCIL) गठीत झाली. नाशिकमध्ये करन्सी नोट प्रेस (CNP) उभारून नोटाछपाईला १९२८ साली सुरुवात झाली. त्यानंतर मध्यप्रदेशातल्या देवास इथे बँक नोट प्रेस (BNP) उभारली गेली. 'भारतीय रिझर्व्ह बँक नोट मुद्रण प्रायव्हेट लि.' ही प्रेस कर्नाटकातल्या मैसुरू इथं उभारली गेली. तिथंच सध्या रु. २०००च्या नोटांची छपाई चालू आहे. या तीन ठिकाणी भारतीय नोटांची छपाई होते. 'इंडिया सिक्युरिटी प्रेस, नाशिक' आणि 'सिक्युरिटी प्रिंटिंग प्रेस, हैदराबाद' इथे स्टॅम्प पेपर, पोस्टाची तिकिटं यांसारख्या शासकीय दस्ताऐवजांची छपाई करणारी युनिट्स आहेत.

स्वतःच्या नोटा स्वतः छापण्यासाठी एवढी व्यवस्था जर भारतासाठी अपुरी असेल, तर बाहेरून नोटा छापून घेणं भाग आहे. विदेशी यंत्रणेवर आपलं नियंत्रण कमी असतं. परिणामी, त्या यंत्रणेनं सांगितल्यापेक्षा जास्त नोटा छापून वेगवेगळ्या मार्गांनी त्या चलनात आणल्या किंवा नोटाछपाईतली सुरक्षा-व्यवस्था शत्रूदेशाला पुरवली किंवा खोट्या नोटा छापायला आडमार्गाने मदत केली किंवा नोटा-छपाईत प्रचंड दिरंगाई करून अर्थव्यवस्था संकटात ढकलली तर देश मोठ्याच संकटात सापडू शकतो. किमान त्याची किंमत शासनाची पारदर्शकता कमी करून मोजावी लागते. म्हणूनच स्वतःचं चलन स्वतः छापावं, असं भारतासह प्रत्येक देशाला वाटतं, परंतु

वास्तव या इच्छेशी अनेकदा सुसंगत नसतं. त्याचा पुरावा देण्यासाठी वर्तमानपत्रांमधल्या मोजक्या लेखांची बोलकी शीर्षकंदेखील पुरेशी आहेत-

१. करन्सी प्रिंटिंग प्रेसेस रनिंग ॲट फुल कपॅसिटी - आर.बी.आय.
२. युवर न्यू करन्सी इज नॉट १०० परसेंट 'मेड इन इंडिया'.
३. प्रिंटिंग करन्सी नोट्स अब्रॉड इन १९९६-९८ फ्लेयेड.
४. आउटसोर्सिंग करन्सी प्रिंटिंग : कंट्रीज आर कोर्टिंग रिस्क.
५. नोटाबंदीवरून सर्वोच्च न्यायालयानं केंद्र सरकारला फटकारताना विचारलं आहे, 'हा निर्णय भावनेच्या भरात झाला आहे काय?'

मोदींच्या ८ नोव्हेंबरच्या घोषणेनं रुपये ५०० आणि रुपये १०००च्या नोटांच्या रूपातलं ८६ टक्के चलन एका फटक्यात बाद ठरलं. या गोष्टीला नुकताच एक महिना उलटला आहे. अजूनही नोटाछपाई कारखान्यांमधली छपाईयंत्रं तिन्ही पाळ्यांमध्ये अविश्रांत चालू आहेत. तरीही नोटांची चणचण कायम आहे. 'असतील नोटा, तर मिळेल पैसा' या '-ATM तत्त्वावर' सध्या चलनानं चालायचं थांबवलंय. त्यामुळे काहीही करून नोटांचा पुरवठा पूर्ववत करण्याची सरकारला एकच घाई झाली आहे. सरकार नोटांसाठी विदेशी कागद आयात करतं आहे आणि विदेशी कंपन्यांकडून काही प्रमाणात नोटादेखील छापून घेतं आहे. त्यात धोका असल्याचं माहीत असलं आणि तसे इशारे पूर्वी भारतीय माध्यमांमधून प्रसिद्ध झाले असले, तरीही सरकारच्या सध्याच्या नियोजन दुष्काळामुळे अशी मदत घेणं भाग पडत आहे.

नोटाछपाई करणाऱ्या कंपनीसाठी भारताला स्वतःची पारदर्शकता कशी कमी करावी लागली, त्याचं एक उदाहरण अटल बिहारी वाजपेयी यांच्या पंतप्रधानपदाच्या कारकिर्दीत घडलं होतं. तेव्हा जसवंत सिंह परराष्ट्रमंत्री होते. त्या वेळी भारतीय हद्दीतून एका विमानाचं अपहरण झाल्याचं आणि नंतर प्रवाशांच्या सुटकेसाठी जसवंत सिंहांनी तीन दहशतवादी तरुणांना जातीनं तालिबानी नेत्यांकडे सुखरूप सुपुर्द केल्याचं आपल्यापैकी काही जणांना नक्की आठवत असेल.

या विमानाच्या प्रवाशांमध्ये एक अति अति महत्त्वाची, अनेक देशांच्या प्रमुखांपेक्षादेखील जास्त महत्त्वाची व्यक्ती होती. ती म्हणजे जगातल्या सर्वांत जुन्या आणि सर्वांत महत्त्वाच्या दि ला रुए गियोरी (De la Rue Giori) या नोटाछपाई कंपनीचा मालक रोबर्टो गियोरी (Roberto Giori). ते स्वित्झर्लंड आणि इटली या दोन्ही देशांचे नागरिक आहेत. त्यांची कंपनी जगातल्या सुमारे १५० देशांच्या नोटा

छापते. त्या वेळी प्रवाशांमध्ये गियोरी असल्याची चर्चा तेव्हापासून आजतागायत भारतीय माध्यमांमधून झाली नाही; पण दिल्लीस्थित 'टाइम' या साप्ताहिकाच्या वार्ताहरानं जानेवारीमध्ये ती बातमी दिली होती. त्याचप्रमाणे 'द हिंदू'च्या पॅरिसस्थित वार्ताहरानं ही बातमी प्रसिद्ध केली होती. स्वित्झर्लंडनं गियोरी यांच्या सुरक्षित सुटकेचा प्रयत्न करणं अपेक्षितच होतं. या प्रयत्नांचा एक भाग म्हणून स्वित्झर्लंडनं हॅन्स स्टॅलडर (Hans Stalder) यांना कंदाहारला पाठवलं असल्याचं आणि गियोरी यांच्या झटपट सुटकेसाठी भारतावर दबाव टाकला असल्याचंही वर उल्लेख केलेल्या 'द हिंदू'मधल्या बातमीनं स्विस आणि काही इतर युरोपीय देशांमधल्या वृत्तपत्रांचा हवाला देत म्हटलं होतं. सुरुवातीला दहशतवाद्यांच्या मागण्या मान्य करायला विरोध करणाऱ्या जसवंत सिंह आणि उपपंतप्रधान लालकृष्ण अडवानी यांचा विरोध चार-आठ दिवसांमध्ये कसा काय मावळला, या प्रश्नाचं उत्तर स्विस दबावाशी निगडित नव्हतं की होतं, हे कळणं दुरापास्त आहे.

विदेशातून नोटाछपाई करण्यातल्या धोक्यांचा इशारा देणारी आणखीन एक घटना वर उल्लेख केलेल्या विमानअपहरणानंतर काँग्रेसच्या सत्ताकाळात घडली होती. भारत-नेपाळ सीमेवरच्या वेगवेगळ्या बँकांच्या सुमारे ७० शाखांवर सीबीआयनं २००९-२०१०च्या दरम्यान धाडी टाकल्या होत्या. बँकांच्या संबंधित अधिकाऱ्यांना रिझर्व्ह बँकेकडून खोट्या नोटा मिळाल्याचं सीबीआयला चौकशीमधून कळालं होतं. हा धागा पकडून सीबीआयने रिझर्व्ह बँकेच्या व्हॉल्ट्सवर धाडी टाकल्या, तेव्हा तिथं सीबीआयला खोट्या भारतीय नोटांचं (रु.५०० आणि रु.१०००) घबाड मिळालं. ते घबाड आयएसआय या पाकिस्तानी इंटेलिजन्स एजन्सीकडून भारतात आल्याचं कळालं.

त्यानंतर अमेरिकन बँकनोट कंपनी (अमेरिका), थॉमस दि ला रुए (ब्रिटन) आणि जर्मनीतली गीइसेक अँड डेव्रीएन्ट या नोटाछपाई करणाऱ्या तीन कंपन्यांकडून भारत सरकारनं १ लाख कोटी रुपयांच्या नोटा लोकसभेला अंधारात ठेवून छापून घेतल्या असल्याचं २०१० या वर्षातच कमिटी ऑन पब्लिक अंडरटेकिंग्जला धक्कादायकरीत्या आढळलं. नोटाछपाईसाठी लागणाऱ्या कागदापैकी ९५ टक्के कागद (सुमारे २००० टन) रिझर्व्ह बँक आयात करत असल्याचं आणि एकूण आयातीचा तिसरा हिस्सा थॉमस दि ला रुए (ब्रिटन) या एकट्या कंपनीकडून आयात होत असल्याचं वर उल्लेख केलेली भानगड उघड झाल्यावर ब्रिटिश नोटाछपाई कंपनीत पाठवलेल्या गेलेल्या 'फॅक्ट फायंडिंग' समितीला आढळलं. नोटा छापण्यासाठी लागणारा कागद पुरवणाऱ्या अनेक कंपन्यांनी अयोग्य कागद पुरवल्याचंही या वेळी लक्षात

आलं. केंद्रीय अर्थखातं आणि रिझर्व्ह बँक यांच्या मोजक्या वजनदार अधिकाऱ्यांच्या संगनमतानं असे अनेक घोटाळे घडले असण्याची शक्यता नाकारता येत नाही. खोट्या नोटा शिताफीनं व्यवहारात आणणारी टोळी किंवा यंत्रणा उजेडात आणली गेली, त्या वेळी माध्यमांना फारसा गाजावाजा न करू देता चाकं फिरली आणि थॉमस दि ला रुए (ब्रिटन) कंपनीचं कागद आयात करण्याचं आणि नोटाछपाईचं कॉन्ट्रॅक्ट रद्द केलं गेलं. परिणामी, ती बलाढ्य कंपनी आर्थिकदृष्ट्या दिवाळखोरीच्या उंबरठ्यावर गेली आणि तिला काळ्या यादीत टाकलं गेलं. त्या सरकारनं सीबीआयच्या मदतीनं खोट्या नोटांचा स्रोत शोधला आणि संबंधित कंपन्यांपैकी सर्वांत महत्त्वाच्या कंपनीला चांगलाच धडा शिकवला होता. सत्ताधारी कॉंग्रेस पक्षाचीदेखील पारदर्शकता या घटनेत घटली होती, असा याचा एक अर्थ होतो.

आता आपण भारताच्या दुसऱ्या नोटबंदीकडे वळू. चलनातल्या दर दहा लाख नोटांमध्ये २५० खोट्या नोटा आढळतात आणि एकूण चलनात कोणत्याही वेळी ४०० कोटी रुपयांच्या (सुमारे ०.०२८टक्के) खोट्या नोटा आढळत असल्याचं इंडियन स्टॅटिस्टिकल इन्स्टिट्यूटचा हवाला देऊन 'टाइम्स ऑफ इंडिया'ने २०१६ सालच्या मे महिन्यात म्हटलं आहे. हे प्रमाण अत्यंत नगण्य आहे आणि तेवढा आधार दहशतवादी गटांना पुरणं केवळ अशक्य आहे. खोट्या नोटांचा तो आधार महत्त्वाचा नसून त्यापायी अनेकदा शासनाची पारदर्शकता धुळीस मिळते, हा धोका मोठा आहे.

कोत्या नियोजनानिशी सरकारने नोटबंदी केलेली असल्याने एक महिन्यानंतरही नोटांचा गंभीर तुटवडा सध्या सर्व पातळीवर जाणवतो आहे. त्यापायी सरकारला जनतेचा रोष ओढवून घ्यायचा नाही. परिणामी, सरकारला नोटा छापण्याची भलतीच घाई झाली आहे. अशा काळात 'सरकार आणि रिझर्व्ह बॅंकेनं विदेशी कंपन्यांकडून नोटा छपून घ्याव्यात', असा सल्ला ख्यातनाम उद्योगपती आदि गोदरेज यांनी दिल्याचं 'इंडिया टुडे'नं चार डिसेंबरच्या अंकात म्हटलं आहे. हा लेख पुढे सांगतो की, होशंगाबादमधल्या फॅक्टरीमधून नोटांसाठी जेवढा कागद उपलब्ध होतो, सुमारे तेवढाच कागद विदेशांतून आयात करावा लागतो. नोटांच्या सुरक्षेसाठी लागणारा विशेष सुरक्षा दोरादेखील इटली, ब्रिटन आणि युक्रेन इथल्या कंपन्यांकडून आयात करावा लागतो आहे. याचा अर्थ, भारतीय नोटा मुळातच १०० टक्के भारतीय नाहीत. त्याच सुरात सूर मिळवून 'द इकॉनॉमिक टाइम्स' म्हणतो की, रु. २०००च्या नव्या नोटांसाठीदेखील मोठ्या प्रमाणात कागद आयात करावा लागतो आहे आणि या नोटाछपाईचं काम मैसुरूच्या प्रेसमध्ये ऑगस्ट २०१६पासून सुरू आहे. त्याही पलीकडे जाऊन कोलकात्याचं

'टेलिग्राफ' हे वृत्तपत्र सांगतं की, रिझर्व्ह बँकेनं तीन प्रकारच्या प्लास्टिकच्या किंवा अर्ध-प्लास्टिकच्या दहा रुपयांच्या नोटा पुरवण्याचं काम ऑस्ट्रेलियातल्या इनोविया, जर्मनीतल्या गीइसेक अँड डेव्रीएन्ट, लँडक्वार्ट या स्विस आणि काळ्या यादीत टाकलेल्या ब्रिटनच्या दि ला रुए या कंपन्यांना दिलं आहे. वास्तविक, जुन्या इतिहासापासून नवं सरकार काही शिकलं असतं, तर त्याने नोटबंदी लागू करण्याआधी देशाला नोटाछपाईबाबत स्वावलंबी बनवलं असतं आणि ब्रिटनच्या दि ला रुए या काळ्या यादीतल्या कंपनीला नोटछपाईचं काम दिलं नसतं; पण तसं व्हायचं नव्हतं. कोणता धडा कोणाला शिकवायचा, याची पुरेशी तयारी करून न आलेल्या शिक्षकानं 'शेंगा खाऊन वर्गात टरफलं टाकल्याबद्दल निर्दोष पोरांनाच 'स्टँड इन क्यू'ची कडक शिक्षा' काही महिन्यांसाठी फर्मावली आहे. त्यामुळे जनतेला पुन्हा एकदा नव्यानं लोकशाही आणि लोकशाहीव्यवस्था टिकवण्याचा निर्धार करावा लागणार आहे.

लेखक राष्ट्रीय-आंतरराष्ट्रीय घटना-घडामोडींचे अभ्यासक आहेत.
prakashburte123@gmail.com

१८. निश्चलनीकरणाचा निर्णय तुघलकी ठरू नये इतकंच!

डॉ. मंदार काळे
ॲड. राज कुलकर्णी

चलनातून पाचशे नि हजार रुपयांच्या जुन्या नोटा बाद करत 'कॅशलेस' अर्थव्यवस्था हे आपले अंतिम उद्दिष्ट असल्याचे पंतप्रधान नरेंद्र मोदी यांनी नुकतेच जाहीर केले आहे. अशा प्रकारच्या व्यवस्थेचा नागरिकांच्या अर्थव्यवहारावर होऊ शकणाऱ्या संभाव्य परिणामांबाबत चर्चाही सुरू झाल्या आहेत; परंतु अशा प्रकारची व्यवस्था सामाजिक पातळीवर काही बदल घडवू शकेल का, हे पाहणेही आवश्यक ठरेल. हा मुद्दा उपस्थित करण्याला ऐतिहासिक आधार आहेत आणि इथे त्यातील एका पैलूचा वेध घेण्याचा प्रयत्न आहे.

जगभरात मानवी संस्कृती जसजशी विकसित होऊ लागली, तसतशी अन्न, वस्त्र आणि निवारा या मूलभूत गरजांपलीकडे माणसाच्या गरजांची संख्या वाढू लागली. स्वतःच्या गरजेच्या सर्वच वस्तू स्वतः निर्माण करण्याऐवजी एकेका उत्पादनाची जबाबदारी एका व्यक्तीला वा समूहाला देऊन त्या वस्तूंची गरजेनुसार देवाणघेवाण करण्याचा मार्ग स्वीकारण्यात आला. एकच व्यक्ती वा समूह एकाच प्रकारचे उत्पादन वारंवार घेत राहिल्याने उत्पादनाची गुणवत्ता सुधारली आणि उत्पादनासाठी आवश्यक कालावधी कमी होत गेला. अशा तऱ्हेने सुरू झालेला वस्तु-विनिमय हाच सहजीवनाचा आधार बनला. प्राचीन काळापासून सुरू झालेली वस्तु-विनिमयाची ही पद्धत भारतात अगदी विसाव्या शतकाच्या उत्तरार्धापर्यंत चालू होती.

भारताचे ग्रामीण अर्थकारण संपूर्णपणे या वस्तु-विनिमय पद्धतीवर आधारित होते. गावातील दैनंदिन व्यवहारांसाठी उपयुक्त असणाऱ्या विविध वस्तू बनवण्याचे काम बलुतेदारी व्यवस्थेनुसार ठरलेले असे. या बलुतेदारांना दोन्ही हंगामांनंतर वर्षभराचे बलुते देऊन त्यांच्याकडून वर्षभराची सेवा घेतली जात असे. विशिष्ट वस्तूचे उत्पादन हा हळूहळू त्या-त्या गटांचा पारंपरिक, वंशपरंपरागत व्यवसाय बनला. यालाच आपण बलुतेदारी पद्धत म्हणतो. या बलुतेदारीला सामाजिक चौकटीत घट्ट बसवत जातिव्यवस्थेचा जन्म झाला. ग्रामीण अर्थकारण आणि प्रशासनाची सखोल माहिती देणाऱ्या त्रिं. ना. आत्रे यांच्या 'गावगाडा' या ग्रंथात बलुतेदारी पद्धतीच्या कार्यान्वयनाविषयी खूप विस्ताराने वर्णन आले आहे.

जगातील सर्वच प्राचीन संस्कृतींमधील अर्थकारण हे मुळात शेतीवर आधारित असल्यामुळे वस्तु-विनिमयातील प्रमुख वस्तू म्हणजे शेतमाल आणि पाळीव जनावरे यांचा समावेश होत असे. निव्वळ देवाण-घेवाणीपलीकडील व्यवहारदेखील वस्तूंच्या स्वरूपात पुरे केले जात. अगदी दान किंवा दंड यांसारख्या एकतर्फी क्रियांची पूर्तीदेखील वस्तु-स्वरूपात केली जात असे. रामायण-महाभारत यांसारख्या ग्रंथांत द्रव्यदान आणि द्रव्यदंड यांचा येणारा उल्लेख मुळात वस्तु-स्वरूपातील दान आणि दंड या अर्थाचाच आहे. 'अमुक व्यक्तीला १०० गाई देण्याचा दंड ठोठावण्यात आला' किंवा 'अमुक ब्राह्मणाला १०० गाई दान दिल्या', अशा प्रकारचे उल्लेख पुराणातदेखील सापडतात.

पुढे विनिमय-व्यवहाराची व्याप्ती वाढल्यानंतरही व्यवहारात आवश्यक वस्तू खरेदी करताना दुकानदाराला धान्य देऊन या वस्तूंची खरेदी केली जात असे. आठवडी बाजाराच्या दिवशी 'फडी'वर धान्य घालून थोडेफार पैसे घेतले जात असत आणि त्या पैशांमधून बाजारातील विविध वस्तूंची खरेदी केली जात असे. म्हणजे आठवडी बाजारात धान्य घेऊन गेलेली व्यक्ती वस्तू घेऊन परत येत असे.

विकासाच्या प्रक्रियेत समाजजीवन बदलले, तशा गरजा बदलल्या, वाढल्या आणि परिणामी, विनिमयातील वस्तूंची संख्या वाढत गेली. या संख्यात्मक वाढीमुळे वस्तू-विनिमय-व्यवहार खूप अडचणीचा होऊन बसला. सर्वच वस्तूंना एकाच मापाने मोजता यावे, यासाठी चलनाचा शोध लागला. माणिक, मोती, शंख, शिंपले, कवडी यांचा वापर चलन म्हणून केला जाऊ लागला. पुढे या वस्तूंची उपलब्धता आणि टिकाऊपणा या दोन गोष्टींबाबत येणाऱ्या अडचणींमुळे पर्यायाचा शोध सुरू झाला आणि धातूंची नाणी तयार करण्यात आली. चलनाचा वापर सुरू झाल्यानंतरही वस्तु-

विनिमयाची पद्धत अनेक कारणांनी सुरूच राहिली; चलन अत्यल्प प्रमाणात आणि समाजातील ठरावीक लोकांपुरतेच मर्यादित होते.

प्राचीन भारतात मौर्य काळापासून सर्वसामान्य लोकांची चलन मोठ्या प्रमाणावर वापरण्यास सुरुवात झाली. याच कालखंडात वर्णाश्रम व्यवस्थेवर आघात करून जन्मजात श्रेष्ठत्वाला विरोध करणारे जैन आणि बौद्ध यांसारखे धर्मसंप्रदाय समाजात स्थिरावले. पुढील कालखंडात, सातवाहन, गुप्त, कुशाण, शक आदी राजवटींच्या काळात व्यापार-उदीम वाढीस लागला आणि चलन-विनिमय-व्यवस्था मोठ्या प्रमाणात प्रचलित झाली; वस्तू-विनिमय कमी झाला. उत्पादने आणि सेवा यांचा मोबदला चलनाच्या स्वरूपात दिला जाऊ लागल्यामुळे जन्मदत्त रोजगाराखेरीज अन्य रोजगार स्वीकारणे शक्य होऊ लागले. यातून जन्मदत्त रोजगाराशी बांधून घातलेल्या जातिव्यवस्थेवर आघात होण्यास सुरुवात झाली.

चातुर्वर्ण्य व्यवस्थेत कृषी, गोरक्ष आणि वाणिज्य ही तिन्ही कामे वैश्य वर्णीयांची होती आणि बदललेल्या आर्थिक-सामाजिक परिस्थितीत संपत्ती मिळवण्याची हीच प्रमुख साधने होती. चलन-पद्धतीत झालेल्या क्रांतीमुळे आणि वाढलेल्या व्यापारामुळे प्राचीन भारतातील सर्व समाज वैश्य वर्णीयांची कामे करू लागला! याचा फायदा शूद्र समाजालादेखील झाला, कारण बदललेल्या अर्थकारणात मनुष्यबळाची प्रचंड मोठी आवश्यकता होती. व्यापारासाठी आवश्यक त्या उत्पादनाच्या वेगवान आणि मोठ्या प्रमाणातील निर्मितीसाठी कामगारांच्या श्रेणी निर्माण झाल्या असल्याचा संदर्भ ए. एस. अळतेकर यांनी त्यांच्या 'स्टेट अँड गव्हर्नमेंट इन एन्शन्ट इंडिया' या ग्रंथात नमूद केला आहे. असे असले, तरी व्यवस्थेच्या ठेकेदारांनी 'शूद्रांना धनसंचयाचा अधिकार नसल्याचा' नियम ताबडतोब घालून देऊन शूद्रांसाठी चलनाने उघडलेली दारे पुन्हा बंद करून टाकली.

प्राचीन भारतीय इतिहासातील व्यापारी संस्कृतीचा हा उर्जित काळ सहाव्या-सातव्या शतकापर्यंतच राहिला. हर्षवर्धन हा शेवटचा मोठा सम्राट; त्यानंतर एकही मोठे आणि स्थैर्य असणारे साम्राज्य निर्माण झाले नाही. व्यापाराला राजाश्रय देणारी राजघराणी संपुष्टात आल्यामुळे व्यापार उद्‌ध्वस्त झाला. परिणामी, चलन-व्यवस्था अविश्वासार्ह ठरत पुन्हा वस्तु-विनिमयाला सुरुवात झाली. याचा परिणाम जातिव्यवस्था पुन्हा बळकट होण्यामध्ये झाल्याचे दिसून येते. या देशात सहाव्या आणि सातव्या शतकात काय घडले असेल, तर केवळ तत्त्वचिंतकांच्या चर्चा आणि वेदान्त, द्वैती, अद्वैती यांच्यातील मतमतांतराचे खंडन आणि मंडन! याच पार्श्वभूमीवर आदि

शंकराचार्यांनी सनातन वैदिक वर्णाश्रमधर्माची पुनर्मांडणी केली. त्यातून पुन्हा श्रौतस्मार्त परंपरांतून वर्णव्यवस्था बळकट झाली.

ती नष्ट होण्याची सुरुवात काही प्रमाणात शिवाजी महाराजांच्या आणि त्यानंतर ब्रिटिशांच्या काळात सुरू झाली! भारतीय चलन-व्यवस्थेचे एकीकरण करून ब्रिटिशांनी त्यात एकरूपता आणली आणि सेवेचा मोबदला रोख स्वरूपात दिला जाऊ लागला. पूर्वीच्या व्यवस्थेत धनसंचयाचा अधिकारच नाकारल्या गेलेल्या शूद्र समाजाला या चलनाच्या माध्यमातून धनसंचय करणे शक्य होऊ लागले. समाजातील उपेक्षित असणारा दलित समाज ब्रिटिशांच्या काळात मोठ्या प्रमाणात ब्रिटिशांच्या सैन्यात भरती झाला आणि त्यातून मिळणाऱ्या रोख रकमेच्या स्वरूपातील वेतनामुळे त्याचे सामाजिक परावलंबित्व संपुष्टात आले. यातून जातिव्यवस्थेला, व्यवस्थेला पुन्हा एकवार हादरे बसू लागले. डॉ. आंबेडकरांनी दलित समाजाच्या उद्धारासाठी गावकी सोडण्याचा आग्रह धरण्याचे कारण 'ग्रामीण अर्थकारण हे पूर्णतः जातिव्यवस्थेवर आधारित असणे', हेच होते. बलुतेदारीची ही पद्धत देशात अगदी १९७२च्या दुष्काळापर्यंत अस्तित्वात होती. दुष्काळाच्या काळात ग्रामीण भागातील दलित समाजाचे मोठ्या प्रमाणात शहरांकडे स्थलांतर झाले आणि नंतर ही व्यवस्था मोडकळीस येत गेली.

आज नव्याने उभ्या राहू पाहत असलेल्या कॅशलेस व्यवस्थेने पूर्वी अस्तित्वात असलेल्या व्यवस्थेच्या अशा अनुषंगांचा विचार अवश्य करायला हवा. त्या व्यवस्थेतून एक शोषणप्रधान सामाजिक चौकट तयार झाली होती. आजच्या व्यवस्थेने वेगळ्या स्वरूपात अशीच एखादी सामाजिक व्यवस्था निर्माण करू नये, याचे भान आपण साऱ्यांनी राखायला हवे आहे. अर्थात, पुन्हा ऐतिहासिक बलुतेदारी पद्धत येईल, असा याचा अर्थ नाही. कारण आज इंटरनेटच्या जमान्यात संकल्पना पातळीवर चलन अस्तित्वात राहून पूर्वी 'कागदोपत्री' म्हणत तसे व्यवहार होऊ शकतातच. जोवर व्यवस्था मजबूत असते, तोवर चलन धातूचे आहे, चामड्याचे आहे की व्हर्च्युअल आहे याला फार महत्त्व नसते. ती व्यवस्था त्या चलनाला जामीन असते; परंतु एकामागून एक तुघलकी निर्णय घेतल्याने जर व्यवस्थाच डळमळीत झाली, तर मात्र प्रगतीचे काटे उलट दिशेने फिरू शकतात. हे होऊ नये याची काळजी आपण सर्वांनीच घ्यायला हवी.

डॉ. मंदार काळे – ramataram@gmail.com
ॲड. राज कुलकर्णी – rajkulkarniji@gmail.com

१९. संसदेत नोटकोंडी आणि सामान्यांचा 'मनी'कल्लोळ

कलिम अजीम

नोटकोंडीवरून संसद-अधिवेशनाचा तिसरा आठवडा कोणत्याही कामकाजाविना पार पडला. दोन्ही सभागृहांमध्ये विरोधकांची अजूनही एकच मागणी आहे – नोटबंदीवर पंतप्रधानांनी सभागृहात बोलावं. यासाठी विरोधकांनी वेगवेगळी आयुधं वापरली, सरकार मात्र ढीम्मच! बुधवारी लोकसभेत, तर गुरुवारी राज्यसभेत पंतप्रधान हजेरी लावतात. गेल्या दोन आठवड्यांमध्ये विरोधकांचा गदारोळ सुरू असताना पंतप्रधान काहीच न बोलता ढम्म बसून होते. दुसऱ्या आठवड्यात लंच आवर सुरू होण्यापूर्वी पीएम राज्यसभेत आले. या वेळी विरोधकांनी 'पंतप्रधानांनी लंचनंतरही यावं', अशी मागणी केली. यासाठी बसपच्या मायावतींनी सुमारे आठ मिनिटं खर्च केली, तर विरोधी पक्षनेते गुलाम नबी आझाद यांनी पाच मिनिटं, मात्र पंतप्रधान लंचब्रेकनंतर सभागृहात आलेच नाहीत. या आठवड्यात पंतप्रधानांनी सभागृहात हजेरी न लावता ट्विटरवरून नोटबंदीवर प्रतिक्रिया दिली. असं सांगितलं जातं की, अधिवेशन काळात पंतप्रधानांनी सरकारी निर्णयावर बाहेर बोलू नये. मात्र ते बाहेर जाहीर भाषणात नोटबंदीवर भरभरून बोलतात. विरोधक यावरच आक्षेप घेत आहेत. 'पंतप्रधान बाहेर बोलतात, तर सभागृहात का बोलत नाहीत? त्यांनी सभागृहात बोलावं', ही विरोधकांची गेल्या तीन आठवड्यांपासूनची मागणी आहे. मागणी पूर्ण होत नसल्याने विरोधकही हेकेखोर धोरण अवलंबत आहेत. त्यामुळे सभागृहाचं कामकाज ठप्प आहे.

संसदेच्या एका दिवसाच्या कामकाजासाठी साधारण दीड कोटी खर्च येतो. असं असताना गेले तीन आठवडे किती पैसे वाया गेले, या संदर्भात सध्या विचारच न केलेला बरा! या संसदकोंडीवर सत्ताधारी पक्षाचे प्रवक्ते 'नोटबंदीमुळे विरोधकांचा काळा पैसा वाया गेला आहे. त्यामुळे ते आगपाखड करत आहेत', यापलीकडे कोणतंच नवं विधान वापरताना दिसत नाहीत, पण वृत्तपत्रांमधल्या बातम्या पाहिल्या, तर भाजप-संबंधित पदाधिकारी आणि मंत्री कोट्यवधींच्या जुन्या आणि नव्या नोटांसोबत आढळले आहेत. देशभर महिनाभरात काँग्रेस किंवा अन्य पक्षनेते अशा घटनांमध्ये अडकल्याच्या बातम्या वाचनात नाहीत. त्यामुळे सत्ताधारी वर्गाचा वरील युक्तिवाद मोडीत निघतो.

नोटबंदीनंतर देशभरात 'मनी'कल्लोळ निर्माण झाला आहे. सर्वसामान्यांची खाती अचानक गोठवली गेल्याने जनता सैरभैर झाली आहे. नोकरदार, किरकोळ विक्रेते, कष्टकरी, कामगार वर्ग नोटबंदीमुळे संकटात सापडला आहे. सहकारी बँका, पतपेढ्या यांचा चलन-पुरवठा थांबवल्याने ग्रामीण भागात मोठे हाल सुरू आहेत. 'नोटबंदीपूर्वी नियोजन हवं होतं. सरकारनं ते न करता नोटबंदी लादली. सरकारचं नोटबंदीचं नियोजन पूर्णपणे फसलं आहे. यावर पंतप्रधानांनी निवेदन द्यावं', अशी मागणी विरोधक करत आहे. मात्र सत्ताधारी वर्ग नसते आरोप करून विरोधकांच्या संसदीय अधिकारांची गळचेपी करतो आहे. परिणामी, विरोधक सरकारविरोधात आक्रमक झाले असून विरोधकांनी नोटबंदीवरून सरकारला वेठीला धरलं आहे.

नोटबंदीला एक महिना उलटला आहे. तरीही बँका आणि एटीएमसमोरच्या रांगा काही कमी झालेल्या नाहीत. दुसरीकडे, देशात चलन-तुटवडा असल्याचं अर्थमंत्री कबूल करतात, तर रिझर्व्ह बँक चलन मुबलक प्रमाणात असल्याचं सांगत आहे. ही दोन्ही स्टेटमेंट्स परस्परविरोधी आहेत. यातून रिझर्व्ह बँक आणि सरकार यांच्यात सामंजस्य नसल्याचं स्पष्ट होतं. परिणामी, सरकारच्या भूमिकेविरोधात प्रश्नचिन्ह उभं राहतं. महिनाभरापासून नोटबंदी आणि नव्या चलनासंदर्भात सतत नवनवे नियम लावले जात आहेत. सतत बदलणारे नियम, अटी-शर्थी सामान्यांना हवालदिल करत आहेत. ठेवीदार आणि गुंतवणुकदार यांची आयुष्यभराची कमाई एका रात्रीत संशयाच्या भोवऱ्यात अडकली आहे.

नोटबंदीने सामान्यांच्या नव्या आजारांना निमत्रंण दिलं आहे. देशात बँकांच्या रांगेत उभं राहिल्याने ९०पेक्षा जास्त दगावले आहेत. त्यामुळे नोटबंदीवरून संसदकोंडी

करायला विरोधकांना नामी संधी मिळाली आहे. इकडे भाजपशासित राज्यांमध्येही विरोधक विधिमंडळात पूर्ण रूपात अवतरले आहेत. केंद्रात दोन वर्षांमध्ये विरोधकांनी प्रथमच रुद्रावतार धारण केला आहे. तसं पाहता, सत्ताधारी गटातले काही जण नोटबंदीला छुपा विरोध करत आहेत. मात्र वरिष्ठांच्या धास्तीने यावर काहीही बोलायला कचरत आहेत. बुधवारी, ७ नोव्हेंबरला भाजपचे वरिष्ठ नेते लालकृष्ण अडवाणी संसदकोंडीवर लोकसभा अध्यक्षांवर भडकले. 'संसद चालू द्यायची नसेल, तर अधिवेशन स्थगित करा', अशा कडक शब्दांमध्ये अडवाणींनी पक्षालाच सुनावलं. (यावेळी लोकसभेचं कामकाज टिपणारा कॅमेरा तिसरीकडेच होता, त्यामुळे इलेक्ट्रॉनिक मीडियाला फुटेज मिळालं नाही, पण प्रिंट मीडियाने याची बातमी केली), तर शुक्रवारी ९ डिसेंबरला राष्ट्रपतींनी संसदकोंडीवरून सरकारला धारेवर धरलं.

नोटबंदीवर रोजच नव-नवे गौप्यस्फोट होत आहेत. शुक्रवार, ९ डिसेंबरला काँग्रेस उपाध्यक्ष राहुल गांधींनी 'मी नोटबंदीवर बोललो, तर देशात भूकंप येईल', असं विधान केलं, तर याआधी ते नोटबंदीच्या निर्णयाला 'मूर्खपणा' म्हणाले होते. माजी पंतप्रधान मनमोहन सिंग यांनी २४ नोव्हेंबरला नोटीबंदीला 'संघटीत लूट' म्हटलं होतं. नोटबंदीवरचे केजरीवाल, प्रशांत भूषण, योगेंद्र यादव यांचे आरोपही स्फोटक आहेत. नोटबंदीनंतर ४ नोव्हेंबरला केंद्रीय मंत्री नितीन गडकरी यांच्या मुलीचा भव्य लग्न सोहळा पार पडला. याआधी भाजपचे माजी खासदार आणि खाण माफिया जनार्दन रेड्डींच्या मुलीचं ५०० कोटींचं लग्न पार पडलं. नोटबंदीनंतर इतका पैसा आला कुठून असा प्रश्न मीडियाने अनुत्तरीतच ठेवला. येत्या काळात नोटबंदीवर अजूनही वेगवेगळ्या कॉन्सिपिअरन्सींची शक्यता नाकारता येत नाही. मात्र सामान्यांना होत असलेल्या नाहक त्रासाचं काय, या प्रश्नाचं उत्तर सरकारी यंत्रणा आणि बँकिंग यंत्रणा देईल का? सामान्यांना होणाऱ्या मनस्तापाचं काय? वेळेच्या अपव्ययाचं काय? लघुउद्योजकांच्या नुकसानीचं काय? हे प्रश्न सुटणार नाही. मात्र या प्रश्नांना देशभक्तीचा मुलामा चढवला जाऊन 'कळ काढा' असा सल्ला नक्कीच मिळेल.

नोटबंदीचा निर्णय नक्कीच स्वागतार्ह आहे, पण चलन-तुटवड्यामुळे सामान्य जनता हैराण झाली आहे. पतपेढ्या आणि सहकारी बँकाकडे पैसा नाही. त्यामुळे ग्रामीण अर्थव्यवस्था अडचणीत आली आहे. लघुउद्योग ठप्प आहेत. रोजंदारीवरचे कामगार, शेतकरी, कारागीर यांचे व्यवहार उधार-उसनवारीवर सुरू आहेत. काही ठिकाणी रोजगार बंद झाले आहेत. त्यामुळे सरकारला चलन पुरवठा तत्काळ सुरळीत

करावा लागेल. बँका आणि एटीएमचे व्यवहार पूर्ववत करावे लागतील. कॅशलेस व्यवहारांसाठी इंटरनेट आणि सायबर-सुरक्षा सक्षम करणं आवश्यक आहे. बँकिंग तक्रारीचा निर्वाळा तत्काळ करावा लागेल. याचबरोबर पर्यायी व्यवस्था, म्हणजे 'कॅशकार्ड' 'कॅशनोट' यांसारखे पर्याय उपलब्ध करून द्यावे लागतील. नाहीतर संसदेत नोटकोंडी आणि सामान्यांचा 'मनी'कल्लोळ सुरूच राहील!

लेखक 'महाराष्ट्र १' या वृत्तवाहिनीत बुलेटीन प्रोड्यूसर पदावर कार्यरत आहेत.

www.ingramcontent.com/pod-product-compliance
Lightning Source LLC
Chambersburg PA
CBHW031729210326
41520CB00042B/1417
* 9 7 8 9 3 8 6 4 0 1 0 3 8 *